வாய்மொழிக் கதைகள்

பாகம் 2

வாய்மொழிக் கதைகள்

பாகம் 2

பாரதிபாலன்

BOOKS FOR CHILDREN

Manvasanai Kathaikal (in Tamil)

Bharathibalan

First Published: August, 2022

Published by

BOOKS FOR CHILDREN
imprint of Bharathi Puthakalayam
7, Elango Salai, Teynampet, Chennai - 600 018
Email: bharathiputhakalayam@gmail.com | www.thamizhbooks.com

மண்வாசனைக் கதைகள் (பாகம் 2)

பாரதிபாலன்

முதல் பதிப்பு: ஆகஸ்ட், 2022

ஓவியம்: ஸ்ரீரசா, மாருதி, ஜெயராஜ், அரசு மற்றும் ஓவியர்கள்

வெளியீடு:

BOOKS FOR CHILDREN

புக்ஸ் ஃபார் சில்ரன்
பாரதி புத்தகாலயத்தின் ஓர் அங்கம்
7, இளங்கோ சாலை, தேனாம்பேட்டை, சென்னை-600 018
தொலைபேசி : 044- 24332424, 24330024 விற்பனை: 24332924,

விற்பனை நிலையங்கள்

அருப்புக்கோட்டை: கதவுஎண் 49 A/4 மெயின் ரோடு, தெற்கு தெரு - 9994173551
ஈரோடு: 39: 39 ஸ்டேட் பாங்க் சாலை - 9245448353 | **கரூர்:** நாரத கானசபா அருகில் (TNGEA OFFICE)- 9442706676
காரைக்குடி : 12, 2 வது தெரு, கம்பன் மணிமண்டபம் பின்புறம் - 9443406150
கும்பகோணம்: 352, ரயில் நிலையம் எதிரில் - 9443995061 | **குன்னூர்:** N.K.N வணிக வளாகம் பெட்போர்ட்
கோவை: 77, மசக்காளிபாளையம் ரோடு, பீளமேடு - 8903707294
சிதம்பரம்: 22A / 18B தேரடி கடைத் தெரு, கீழவீதி அருகில் - 9994399347
செங்கல்பட்டு: 1 D ஜி.எஸ்.டி சாலை - 044 27426964 | **சேலம்:** 15, வித்யாலயா சாலை சாலை
சேலம்: பாலம் 35, அத்வைத ஆஸ்ரமம் சாலை 0427 2335952
தஞ்சாவூர்: காந்திஜி வணிக வளாகம் காந்திஜி சாலை - 9655542400
திண்டுக்கல்: பேருந்து நிலையம் - 9942331105, 9976053719
திருச்சி: வெண்மணி இல்லம், கரூர் புறவழிச்சாலை - 9994289492
திருநெல்வேலி: 25A, ராஜேந்திரநகர் - 9442149981 | **திருப்பூர்:** 447, அவினாசி சாலை - 9486105018
திருவண்ணாமலை: முத்தம்மாள் நகர் | **திருவல்லிக்கேணி:** 48, தேரடி தெரு - 9444428358
திருவாரூர்: 35, நேதாஜி சாலை - 9442540543 | **நாகர்கோவில்:** 699 கே.பி.ரோடு R.V.புரம் - 9443450111
நெய்வேலி: பேருந்து நிலையம் அருகில், - 9443659147 | **பழனி:** பேருந்து நிலையம் அருகில் - 7010760693
பாண்டிச்சேரி : கிழக்கு கடற்கரைச்சாலை, இலாசுப்பேட்டை, 9486102777
பெரம்பூர்: 52, கூக்ஸ் ரோடு - 9444373716 | **மதுரை:** 37A, பெரியார் பேருந்து நிலையம் - 045 22324674
மதுரை: சர்வோதயா மெயின்ரோடு
வடபழனி: பேருந்து நிலையம் எதிரில் அடையார் ஆனந்தபவன் மாடியில் - 9444476967
விருதுநகர்: 131, கச்சேரி சாலை - 0456 2245300 | **வேலூர்:** பேஸ் III, சத்துவாச்சாரி - 9442553893

ரூ.175/-
அச்சு : மணி ஆப்செட், சென்னை - 600 053.

அறிமுகம்

கதைகள் என்றாலே எல்லோருக்கும் விருப்பம். சிறுவர்களுக்கு மட்டுமல்ல பெரியவர்களுக்கும் கூட கதை என்றால் மிகுந்த விருப்பம்! குழந்தைகளுக்கு கதை என்றால் போதும் சாப்பாடு கூட வேண்டாம். கதை கூறுவது என்பது மகிழ்ச்சியானது. உற்சாகமான அனுபவமும் கூட. கதை கூறுவதும் கதை கேட்பதும் ஒரு மரபாகவே நம்மிடம் வளர்ந்து வந்துள்ளது. அது ஒரு அனுபவமாகவும் மலர்ந்து மகிழ்ச்சியூட்டுவதாகவும், கிளர்ச்சியூட்டுவதாகவும் அமைகிறது.

சாதனைகள் படைத்த பலர், "என் சிந்தனையைத் தூண்டி -- என் உயர்வுக்கு உரமாக அமைந்தது, நான் சிறுவனாக இருந்தபோது எனக்கு என் அம்மா சொன்ன கதைகள்தான்" என்று கூறியிருக்கிறார்கள். இன்றும் கூறுகின்றனர்.

கதைகளுக்கு அவ்வளவு சக்தி உண்டு!

மராட்டிய வீரன் சிவாஜி மாவீரனாக மாறியதற்கும், மகாத்மா காந்தி சத்தியசீலராக மாறியதற்கும் அவர்கள் பெற்றோர்கள் கூறிய கதைகள் தான் அடிப்படைக் காரணம் என்று வரலாறு கூறுகிறது. பல நாடுகளில் சமூக மாற்றங்களுக்கும் அரசியல் மாற்றங்களுக்கும் காரணமாக சில கதைகள் அமைந்துள்ளன. கதைகளைக் கேட்டு கேட்டுத் தங்களை ஆளுமை கொண்டவர்களாக வளப்படுத்திக் கொண்டவர்களும் உண்டு.

கதை கூறும் வழக்கமும் கதைபடிக்கும் பழக்கமும் படிப்படியாக மறைந்து வருகிறது என்று சொல்லபட்டாலும் அதன் தாகம் இன்னும் தீரவில்லை என்றுதான் சொல்ல வேண்டும். இருப்பினும் இன்னும் கிராமங்களிலும் நகரங்களிலும் கூட கதை கூறுவதும் கதை கேட்பதும் நிகழ்ந்து கொண்டுதான் இருக்கின்றன. இதுமட்டுமல்ல இன்றும் யூடியூப் சானல்களில்

கதை கூறுகின்றனர். அதனால் புகழும் அடைகின்றனர். இதற்குக்காரணம் கதை கேட்டுக் கேட்டு வளர்ந்து வந்துள்ள நம் முன்னோர்களின் மரபில் வந்தவர்கள் நாம்!

கிராமப்புறங்களில் திண்ணைகளில் அமர்ந்து கொண்டு மணிக்கணக்கில் கதை சொல்லும் மரபு இன்றும் தொடர்கிறது. எல்லாமே நாட்டுப் புறக்கதைகள் தான். அவர்கள் கூறுகின்ற கதைகளுக்கு சுமார் இருநூறு வயதிற்கு மேல் கூட இருக்கலாம். வழி வழியாக இக்கதைகள் கூறப்பட்டு பல வருடங்களையும் பல இடங்களையும் தாண்டி வந்திருப்பதனை அறியமுடிந்தது. இந்தப் பயணத்தில் இக்கதைகளின் உருவமும் உள்ளடக்கமும் காலச் சூழலுக்கு ஏற்ப மாறினாலும் அதன் உள்ளொளி மாறாமல் இருப்பதனை அறியமுடிந்தது.

நம் அடுத்த தலைமுறைக்கு அக்கதைகளைக் கொண்டு செல்ல வேண்டிய பொறுப்பும் கடமையும் நமக்கு உண்டு. அந்த உணர்வின் வெளிப்பாடுதான் இக்கதைத் தொகுப்பு

இன்றும் கதைகள் கேட்பதற்கு சிறுவர்கள் ஏங்குகிறார்கள். ஆனால் கதைகள் கூறுவதற்குத்தான் ஆட்கள் இல்லை. அம்மாவிடம் கதைகள் கேட்டால் "எனக்கு ஒரு கதையும் தெரியாது, உங்க அப்பாவிடம் போய்க் கேளு" என்று விரட்டுகிறார். அப்பாவிடம் கேட்டால் "கதை சொல்வதற்கு எனக்கு எங்க நேரம் இருக்கு?" என்று ஒதுங்கிவிடுகிறார். காரணம் சொல்வதற்கு அவர்களிடம் கதைகளே இல்லை. கதை சொல்லும் 'செயலிகளைத்' தேடுகின்றனர். எப்போதாவது ஆசிரியர் ஒன்றிரண்டு கதைகள் கூறுகிறார். அந்தக்கதைகள் சலிப்பூட்டக் கூடியதாகவே இருக்கின்றன. சில இடங்களில் கதை சொல்லும் பயிற்சி வழங்குகிறார்கள்.

இன்று பெரும்பாலான கதைப்புத்தகங்கள் அறிவுரை கூறும் நூல்களாகவும், நாடகப் பாணியில் நீதி கூறும் நூல்களாகவும் இருப்பதைக் காணமுடிகிறது. இது சலிப்பையும் வெறுப்பையுமே ஏற்படுத்துகின்றன. மகிழ்வையும் வாசிப்பு அனுபவங்களையும் தருவதாக இல்லை என்ற குறை சொல்லப்படுகிறது.

இக்குறைகளை 'வாய்மொழிக்கதைகள்' என்ற இந்தக் கதைக் களஞ்சியம் நீக்கும் என்று நம்புகிறேன். தொகுப்பில் உள்ள

கதைகள் குழந்தைகளுக்கு மகிழ்வூட்ட வேண்டும். அவர்களின் சிந்தனையைத் தட்டி எழுப்பவேண்டும். உள்ளத்தில் புதிய ஒளியினைப் பாய்ச்ச வேண்டும். இது தான் இதன் நோக்கம். இதில் பல வகையான கதைகள் உள்ளன.

பஞ்ச தந்திரக் கதைகள் அரசர்களுக்கும், அதிகாரத்தில் இருப்பவர்களுக்கும் சொல்லப்பட்ட கதைகள். அது மக்களுக்கான கதைகளாகாது. அதில் சொல்லப்படுகின்ற தந்திரங்களும் சூழ்ச்சிகளும் அரசர்களுக்கும் அதிகாரத்தில் இருப்பவர்களுக்கும் தான். அக்கதைகளைத் மாற்றி எல்லோருக்குமான கதைகளாக இத்தொகுப்பில் சொல்லப்பட்டுள்ளது.

இத்தொகுப்பில் உள்ள ஒவ்வொரு கதையும் ஒவ்வொருவகையில் முக்கியத்துவம் பெறுகின்றன. இதனை நீங்கள் வாசிக்கும்போது அறிவீர்கள். குறிப்பாக இதன் உள்ளடக்கம், எடுத்துரைப்பு, மொழி என்று ஒவ்வொரு அம்சமும் தனித்தன்மை கொண்டவை.

இந்த அவசர உலகத்தில் நாம் இழந்துவிட்ட பரவசத்தை இக்கதைகள் நிச்சயம் மீட்டுத்தரும். இக்கதைகளை வாசியுங்கள். நிதானமாக வாசியுங்கள். வாசித்த கதைகளை மனதிற்குள் நினைத்துப் பாருங்கள். இது ஒரு அனுபவம்தான்.

இக்கதைகள் வாய்மொழியாகச் சொல்லப்பட்டவைகள்; முதலில் சொல்லப்பட்ட வடிவம்; பின்பு ஏற்பட்ட மாற்றம்; இதன் தொடக்கம் யார் என்று அறியேன்; தமிழகத்தின் பல்வேறு மாவட்டங்களில் இருந்து கேட்டுச் சொல்லப்பட்டதின் எழுத்து வடிவம் சொன்னவர்களுக்கும் கேட்டுச் சொன்னவர்களுக்கும் இத்தருணத்தில் நன்றி கூறக் கடமைப்பட்டுள்ளேன். இதனை வெளிக் கொண்டு வந்து பரவலாக்கும் முயற்சியில் ஈடுபட்டுள்ள பாரதிபுத்தகாலயத்திற்கும் நன்றி.

பாரதிபாலன்

சென்னை

26.08.2022

உள்ளே....

57
ஏட்டிக்குப் போட்டி

ஒரு ஊரில் ஒரு ராசா. அவர் பெயர் சிவலிங்க ராசா.

அவர் ரொம்பக் குறும்புக்காரர். குடிமக்களை நன்றாக ஆண்டார். ஏதாவது குறும்புகள் செய்து மக்களை அடிக்கடி திணற வைப்பார். தானும் சிரிப்பார். பிறரையும் சிரிக்க வைப்பார்.

ஒருமுறை குதிரை மேல் ஏறிக்கொண்டு ஊர்வலம் சென்றார். ஊர் முழுக்கச் சுற்றிப் பார்த்துவிட்டு ஆற்றங்கரைக்கு வந்தார்.

ஆற்றங்கரையில் அப்போது ஒரு சலவைத் தொழிலாளி துணி துவைத்துக்கொண்டு இருந்தார். சற்றுத் தள்ளி படித்துறை மீது, ஒரு நாவிதர் யாருக்கோ மொட்டை அடித்துக் கொண்டு இருந்தார்.

சிவலிங்க ராசா எப்போது ஊர்வலம் போனாலும் தாடி மீசை ஒட்ட வைத்துக்கொள்வார். வடக்கத்திச் சிப்பாய் மாதிரி ஒரு குல்லாய் வைத்துக்கொள்வார். இப்போதும் அப்படியே போனார்.

சலவைத் தொழிலாளிக்கோ, நாவிதருக்கோ அவரை அடையாளம் தெரியவில்லை. குதிரையை மரத்தடியில் கட்டிவிட்டு ஆற்றில் இறங்கிக் கைகால் முகம் கழுவினார்.

“இந்த ஊர் ஆத்துத் தண்ணி ரொம்ப நல்லா இருக்கே” என்றார்.

“நமக்கு எந்த ஊரு?” என்று நாவிதர் கேட்டார்.

“வடக்கே, காசிக்குப் பக்கத்திலே” என்று சிவலிங்க ராசா சொன்னார்.

“காசியிலே கங்கை ஓடுதே! அதுதான் நல்ல தண்ணி” என்று நாவிதர் சொன்னார்.

“அதை நான் ஒப்புக்கமாட்டேன்!” என்று துணி துவைப்பதை நிறுத்திவிட்டு சலவைத் தொழிலாளி சொன்னார்.

“அந்த ஆள் ஒரு ஏடா கூடம்! சூரியன்தான் நல்ல வெளிச்சம்னு சொன்னாக்கூட ஏத்துக்கமாட்டாரு” என்று சலவைத் தொழிலாளியை வம்புக்கு இழுத்தார் நாவிதர்.

“ஆமாம். அதையும் நான் ஒப்புக்கமாட்டேன்” என்று சலவைத் தொழிலாளி சொன்னார்.

சலவைத் தொழிலாளிக்கும் நாவிதருக்கும் ஒரு சண்டை மூட்டினால் சுவையாக இருக்கும் என்று சிவலிங்க ராசாவுக்குத் தோன்றியது.

அந்த நேரம் பார்த்து சலவைத் தொழிலாளியின் மகனான சிறு பையன் அவருக்குச் சாப்பாடு கொண்டு வந்தான்.

சிவலிங்க ராசாவுக்கு இந்த இரு தொழிலாளிகளுக்கும் சண்டை மூட்டிவிட அந்தப் பையன் தோதாக இருப்பான் என்று ஓர் யோசனை வந்தது.

“நீங்கள் சொல்வது சரியா? இவர் சொல்வது சரியா? இந்தப் பையன் முடிவு சொன்னால் ஏத்துக்கலாம்” என்றார்.

சலவைத் தொழிலாளி ஏற்றுக்கொண்டார். அவர் தன் பையனின் புத்தி மேல் அதிக நம்பிக்கை உள்ளவர்.

நாவிதர் யோசித்தார். "பையன் சரியான பதில் சொன்னா நான் என்ன பண்ணணும்?" என்று கேட்டார்.

சிவலிங்க ராசா கொஞ்ச நேரம் சிந்தனை செய்து "சலவைத் தொழிலாளி என்ன சொல்றாரோ அதை நீங்கள் செய்யணும்?" என்றார்.

நாவிதர் புத்திசாலி. மீண்டும் கேட்டார் "செய்ய முடியாததை அவர் செய்யச் சொன்னா நான் என்ன பண்ணுவேன்?" என்று திருப்பிக் கேட்டார்.

"நீங்கள் செய்ய வேணாம்!" என்று சிவலிங்க ராசா சொன்னார்.

சிறுவன் சாப்பாட்டுத் தூக்கைப் படியின்மேல் வைத்து விட்டு மூன்று பேரையும் மாறி மாறிப் பார்த்தபடி நின்றான்.

"சரி, நான் பையனைக் கேக்குறேன்!" என்று சிவலிங்க ராசா ஆரம்பித்தார்.

பையன் சிவலிங்க ராசா முகத்தையே பார்க்கத் தொடங்கினான்.

"பையா, இந்த ரெண்டு பேரிலே ஒருத்தரு ஓடுற தண்ணியிலே கங்கை ஆத்துத் தண்ணிதான் நல்ல தண்ணிங்கறாரு. அது சரியா?" என்று கேட்டார்.

பையன் "இல்லை" என்றான். "ஏன்?" என்று ராசா கேட்டார்.

"எந்தத் தண்ணி தாகத்தைத் தணிக்குதோ அதுதான் நல்ல தண்ணி" என்று பையன் சொன்னான்.

"சபாஷ்!" என்று சிவலிங்க ராசா கைதட்டினார்.

சலவைத் தொழிலாளியின் முகம் மலர்ந்தது. நாவிதர் முகம் சுருங்கியது.

"அடுத்த கேள்வி" என்று ராசா தொடங்கினார். "தெரியற வெளிச்சத்திலேயே சூரிய வெளிச்சம்தான் ஒசத்தின்னு ஒருத்தர் சொல்றார். அது சரியா?" என்று பையனைக் கேட்டார்.

“இல்லே” என்று பையன் சொன்னான். “ஏன்?” என்று ராசா கேட்டார்.

“கண்ணுலே வெளிச்சம் இருந்தாத்தான் சூரிய வெளிச்சமே தெரியும். அதனால் கண்ணு வெளிச்சம் தான் சூரியனைவிட நல்ல வெளிச்சம்!” என்று பையன் சொன்னான்.

மறுபடியும் ராசா கையைத் தட்டிச் சிரித்தார். மீண்டும் சலவைத் தொழிலாளியின் முகம் பூரிப்பில் மலர்ந்தது. பையன் புத்திசாலித்தனம், நாவிதர் வாயை அடக்கியது. இப்படி இரட்டிப்பு மகிழ்ச்சி.

“என்ன நாவிதரே! தோல்விய ஒத்துக்கறீங்களா?” என்று சிவலிங்க ராசா கேட்டார்.

“ஒத்துக்கறேன்” என்று நாவிதர் சொன்னார்.

“அப்ப அவரு சொல்றத நீங்க செய்யணும்!” என்று சலவைத் தொழிலாளியைச் சுட்டிக் காட்டினார்.

சலவைத் தொழிலாளிக்கு மேலும் மகிழ்ச்சி, வகையாக நாவிதர் மாட்டினார் என்று.

“சரி, நாவிதரே! எம் பையனுக்கு மொகச் சவரம் பண்ணிவிடுங்க” என்று மிடுக்காகச் சொன்னார் சலவைத் தொழிலாளி.

மொழுமொழுவென்று பால் வடியும் பையன் முகத்தில் ஒரு பூனைமுடி கூட இல்லை. எப்படி முகச்சவரம் செய்வது?

நாவிதர் யோசித்தார்.

செய்ய முடியாததைச் செய்யச் சொல்கிறார் என்று மறுக்க முடியாது. முடி முளைக்காத முகத்தைச் சிரைத்தால் முட்டாள் பட்டம் கட்டி ஊர் சிரிக்கும்.

என்ன செய்வது என்று நாவிதர் யோசித்தார். பிறகு ஒரு முடிவுக்கு வந்தார்.

“தம்பீ, இங்கே வா!” என்று பையனை அழைத்தார்.

அவனை ஒரு படிக்கட்டின்மேல் உட்கார வைத்தார். அவன் முகத்தில் நன்றாகத் தண்ணீரைத் தடவிவிட்டார். பிறகு

கத்தியைத் தம் சாணைத் தோலில் தீட்டலானார்.

ஐந்து நிமிடம் தீட்டினார். பத்து நிமிடம் தீட்டினார்.

சலவைத் தொழிலாளியும் சிவலிங்க ராசாவும் முகத்தில் சிரிப்புப் பொங்கப் பார்த்துக்கொண்டே நின்றனர்.

நாவிதர் தீட்டிக்கொண்டே இருந்தார். அரை மணிநேரம் ஆயிற்று. அப்போதும் கத்தி தீட்டும் வேலை தொடர்ந்தது.

சிவலிங்க ராசா பொறுமை இழந்தார்.

“ஓய் நாவிதரே! செய்ய முடியாததை அவர் கேக்கலே. நீங்கள் ஏன் நேரத்தைப்போக்குறீரு?” என்று கடிந்தார்.

“ஐயா... மொகச்சவரம் பண்ணணுமே! அதுக்குத்தான் காத்துக்கிட்டிருக்கேன்” என்றார்.

“இதுல என்ன காக்கிற வேலை?” என்று ராசா மடக்கினார்.

“முடி மொளைக்கணுமே. மொளைச்சாதானே சவரம் பண்ணமுடியும். முடி மொளைக்கறதுக்காகக் காத்துக் கிட்டிருக்கேன்” என்றார்.

சிவலிங்க ராசாவுக்கு குபீரென்று சிரிப்பு வந்தது.

நாவிதரின் புத்திசாலித்தனத்துக்கு ஒரு பொற்காசும் பையனின் புத்திசாலித்தனத்துக்கு ஒரு பொற்காசும் கொடுத்துவிட்டுக் குதிரை ஏறினார்.

கதை சொன்னவர்: எம். தாரிணிதேவி. சென்னை.

58

எலியும் பாசமும்

முன்னொரு காலத்தில் சராசர முனிவர் என்று ஒரு துறவி இருந்தார். அவர் பரஞ்சோதி என்ற முனிவரிடம் உபதேசம் வாங்கியவர்.

கிடைத்த உபதேசத்தை வைத்து தான் மெய்யறிவு பெற சராசர முனிவர் எண்ணினார்.

உபதேசம் செய்து வைத்த குருவின் முன் காலடியில் விழுந்து பணிந்தார்.

"குருவே, நான் தனியே தவம் செய்ய விரும்புகிறேன். தங்கள் அருள் வேண்டும்" என்று கேட்டார்.

அதற்குப் பரஞ்சோதி முனிவர், “சராசரா, நீ விவேகி தான். நீ போய் தவம் செய். உனக்கு கடவுள் அருள் கிடைக்கும். சகல சக்தியும் உனக்குக் கைவரும். ஆனால்...” என்று கூறிவிட்டு ஒரு கணம் அவரை உற்றுப் பார்த்தார்.

“சொல்லுங்கள் குருவே” என்று மிகவும் அடக்கத்தோடு சராசர முனிவர் கேட்டார்.

“சராசரம் என்றால் சுற்றிச் சுழலுவது என்று பொருள். தக்க காலம் வரும் வரை நீ சுற்றிச் சுற்றி அலைய வேண்டிய நிலை உண்டு” என்றார்.

சராசர முனிவர் கவலை கொண்டார். குருநாதர் ஏன் இப்படிச் சொல்கிறார் என்று புரியவில்லை.

“குருவே, எனக்கு ஏன் அந்த விதி?” என்று வருத்தத்தோடு கேட்டார்.

“உன் மனசில் பாசம் இன்னும் ஒட்டிக்கொண்டிருக்கிறது” என்று பரஞ்சோதி முனிவர் கூறினார்.

“என் மனசிலா? எனக்குத் தெரிந்து எதுவும் இல்லையே” என்று சராசர முனிவர் கூறினார்.

“நேரம் வரும். தெரியும்” என்று பரஞ்சோதி முனிவர் கூறினார்.

“பாசம் என்னை விட்டு எப்போது அகலும்?” என்று சராசர முனிவர் கேட்டார்.

“காலம் வரும். அப்போது தானாய்ப் போகும்” என்று பரஞ்சோதி கூறினார்.

குருநாதரிடம் இருந்து விடை பெற்றுக்கொண்டு சராசர முனிவர் தனியே தவம் செய்யக் கிளம்பினார்.

காடுகாடாக, மலைமலையாகச் சுற்றினார். கடலையும் ஆறுகளையும் கடந்தார். பார்க்கிற ஒவ்வோர் இடத்திலும் ஒரு வாரம்... ஒரு மாதம் தான் இருந்தார்.

அங்கே ஏதாவது ஒரு தொல்லை வரும். உடனே அந்த இடத்தைக் காலி செய்துவிட்டு இன்னோர் இடம்.

தான் ஏன் இப்படி ஊர் ஊராக அலைகிறோம் என்று அவருக்கே விளங்கவில்லை. இதைத்தான் குருநாதர் சொன்னாரோ? இப்படிச் சந்தேகம் வந்தது.

ஒருவேளை இது இல்லாமல் வேறு எதையோ சொன்னாரோ? அந்தச் சந்தேகமும் எழுந்தது. எனினும் ஓர் இடத்திலும் நிற்காமல் சராசர முனிவர் போய்க்கொண்டே இருந்தார்.

கடைசியில் பொதிகை மலை உச்சிக்குச் சென்றார். ஓங்கி வளர்ந்து இருந்த பெரிய அரசமரம் ஒன்று தென்பட்டது. அதன் கீழே ஒரு குகை தெரிந்தது.

அந்தக் குகையின் உள்ளே சென்று சராசர முனிவர் தவத்தில் ஈடுபட்டார். மனம் சட்டென்று ஒருநிலைக்கு வந்தது. தவம் கடுமையாக ஆக சராசர முனிவருக்குப் பல சக்திகள் கிடைத்தன.

கல்லை வைரமாக்குவது; ஓட்டாஞ் சல்லியைத் தங்கம் ஆக்குவது; கூடு விட்டுக் கூடு பாய்வது; மானைப் புலியாக மாற்றுவது; புலியை மானாக மாற்றுவது; செத்த விலங்கை உயிர்ப்பிப்பது என்று எல்லாச் சக்திகளும் அவருக்கு வந்து சேர்ந்தன.

தனக்கு மெய்யறிவு வந்துவிட்டதா என்று சராசர முனிவர் சிந்தித்தார். சந்தேகமாக இருந்தது. சந்தேகம் இருப்பதால் தனக்கு மெய்யறிவு வரவில்லை என்று புரிந்துகொண்டார்.

குருநாதர் சொன்னது நினைவு வந்தது. யோசித்தபடியே அரசமரத்தின் அடியில் வந்து அமர்ந்தார். கண்ணை மூடிக்கொண்டே மீண்டும் தவத்தில் மூழ்கினார்.

சிறிது நேரம் சென்றது. அவர் மடியில் பொத்தென்று ஏதோ வந்து விழுந்தது. சராசர முனிவரின் தவம் கலைந்தது. கண் விழித்துப் பார்த்தார்.

மடியில் விழுந்தது ஓர் எலிக்குஞ்சு. அவர் அண்ணாந்து மாத்தின் உச்சியைப் பார்த்தார். அதுவரை அங்கே உட்கார்ந்து இருந்த பருந்து ஒன்று வானில் உயரப் பறக்கத் தொடங்கிற்று. பறந்து பறந்து கண் பார்வையை விட்டே அது மறைந்து போயிற்று.

சராசர முனிவர் தன் மடியில் கிடந்த எலிக்குஞ்சைப் பார்த்தார். பிறந்து ஓரிரு நாட்களே ஆன குஞ்சு. அதை அந்தப் பருந்து உண்பதற்காகப் பிடித்து வந்திருக்க வேண்டும்.

உண்ணப்போகும் போது கால்விரல் நகங்களில் இருந்து அது தவறி விழுந்து விட்டதோ!

சராசர முனிவருக்கு அந்த எலிக்குஞ்சைப் பார்த்து மனம் இளகியது. தன் தவ வலிமையால் அதை ஓர் அழகான பெண் குழந்தையாக உருமாற்றினார்.

உருமாறிய பெண் குழந்தை அவர் தாடியைப் பற்றி இழுத்தது. அவரைப் பார்த்துச் சிரித்தது. அப்போது குருநாதர் பரஞ்சோதி முனிவர் கூறியதோ, தான் ஒரு துறவி என்பதோ அவருக்கு நினைவு வரவில்லை.

அந்தக் குழந்தை மீது பாசம் பெருக்கெடுத்தது. அதை வளர்த்துப் பெரியவள் ஆக்க வேண்டும் என்ற ஆவல் எழுந்தது. எல்லாக் கல்வி கேள்விகளும் வித்தைகளும் கற்பித்து அவளைப் பெரிய அறிவாளி ஆக்கினார். மிகச் சிறந்த ஒருவனுக்குத் திருமணம் செய்து கொடுக்க நினைத்தார்.

அதற்குமுன் அவள் விருப்பம் என்ன என்று கேட்க விரும்பினார்.

“பெண்ணே, உனக்கு வயது வந்துவிட்டது! உன்னை ஒரு மிகச் சிறந்த பலவானுக்குத் திருமணம் செய்விக்க நினைக்கிறேன். நீ யாரையாவது விரும்புகிறாயா?” என்று கேட்டார்.

“இல்லை” என்றார் எலிப்பெண்.

“அப்படியானால் உன்னைச் சூரியபகவானுக்குத் திருமணம் செய்து வைக்கட்டுமா?” என்று கேட்டார் முனிவர்.

“அவர் வேண்டாம். மேகங்கள் வந்து மூடினால் அவர் மறைந்து விடுவார். கிரகணம் வந்தால் இருண்டு விடுவார்” என்றாள்.

“அப்படியென்றால் சந்திர பகவானுக்கு மணம் முடிக்கட்டுமா?” என்று கேட்டார் முனிவர்.

“அவர் கதை இன்னும் மோசம். மாதத்தில் பதினைந்து நாள் தேய்கிறார். பதினைந்து நாள் வளர்கிறார். கிரகணம் வந்தாலோ அமாவாசை அன்றோ இருண்டு போகிறார்” என்றாள்.

“அப்படியானால் வருணபகவானுக்கு?” என்று கேட்டார் முனிவர்.

“அவருக்கு ஏது சுய பலம்? வாயு பகவான் காற்றையோ புயலையோ கொண்டு வந்தால் தான் மழை பெய்வார்” என்றாள் எலிப்பெண்.

“சரி, வாயு பகவானுக்கே திருமணம் செய்து வைக்கட்டுமா?” என்று கேட்டார் சராசர முனிவர்.

“அவருக்கு புத்தி சுவாதீனமே இல்லை. நினைத்தால் நகருவார். இல்லாவிட்டால் புழுங்குவார். அதுவும் சூரிய பகவான் அதிக வெப்பத்தை அனுப்பினால் அல்லாடுவார், அங்கும் இங்கும் பாய்ந்து திரிவார்” என்றாள்.

“அப்படியானால் அக்கினி பகவானுக்குத் திருமணம் செய்து வைக்கட்டுமா?” என்று கேட்டார்.

“அவர் வீரம் எல்லாம் மழை பெய்தால் போய்விடும். ஈரம் பட்டால் நமுத்துவிடும்” என்றாள்.

சராசர முனிவருக்குப் பொறுமை குறைந்தது. கோபம்கூட வந்தது. அடக்கிக்கொண்டார்.

எதிரே தெரிந்த மலையைக் காட்டி "இந்த மலையரசனைத் திருமணம் செய்துகொள்கிறாயா?" என்று கேட்டார்.

எலிப்பெண் வெட்கத்தோடு தலைகுனிந்தாள்.

"மலைகளின் இண்டு இடுக்குகளைக் குடைந்து குடைந்து ஓடும் எலிப்புத்தி அந்தப் பெண்ணை விட்டுப் போகவில்லையே என்று நினைத்தார். அவர் மனம் வருந்திற்று.

அப்போது தான் பளிச்சென்று அவருக்கு மெய்யறிவு உதித்தது. தன் குருநாதர் சொன்னது நினைவுக்கு வந்தது, பாசம் இருந்ததால் எல்லாம் மறந்ததே என்று.

சராசர முனிவர் எலிப்பெண்ணைப் பார்த்தார். எலி எலியாகவே இருக்க வேண்டும். துறவி துறவியாகவே இருக்க வேண்டும் என்று உணர்ந்தார். அந்த எலிப் பெண்ணை மீண்டும் எலியாக்கிவிட்டு தவத்தில் ஈடுபட்டார். ஞானி ஆனார்.

தனது அத்தையார் திருமதி எஸ். விசாலாட்சி

கூறக்கேட்டுச் சொன்னவர்: வையவன்.

59

ஊர் வாய்க்குப் பூட்டுப் போட முடியுமா?

ஒருவன் ஒரு கழுதை வளர்த்தான். கழுதையை வீட்டில் வளர்க்கக்கூடாது-தோட்டத்தில் தான் வளர்க்க வேண்டும் என்றனர். தன் தோட்டத்திற்கு கூட்டிக் கொண்டு போய் வளர்த்தான். கழுதைக்கு அதிகம் செலவு செய்தான். கையில் இருந்த காசு எல்லாம் கழுதைக்காகச் செலவு செய்தான். கழுதை கொழு கொழுவென்று இருந்தது. ஆனால் விவசாயம் வீணாகப்போய்விட்டது.

அப்போது ஒருவன் "கழுதையை எல்லாம் வளர்க்கக் கூடாது. விற்று விடு" என்றான்.

உடனே அவன் கழுதையை விற்க முயன்றான். "பக்கத்திலுள்ள நகருக்குள் கால்நடைச் சந்தை நடைபெறும். அங்கு சென்றால் கழுதையை நல்ல விலைக்கு விற்கலாம்" என்று ஒருவன் கூறினான்.

உடனே அவன் காலையில் தன் மகனையும் துணைக்கு அழைத்துக் கொண்டு கழுதையையும் ஓட்டிக் கொண்டு சந்தைக்குப் புறப்பட்டான். வழியில் ஒரு கிணற்றில் சில பெண்கள் தண்ணீர் எடுத்துக்கொண்டிருந்தனர்.

இவர்கள் கழுதையை ஓட்டிக் கொண்டு நடந்து செல்வதைக் கண்ட அந்தப் பெண்கள், "கழுதை இருக்கும்போது, ஏன் இருவரும் நடக்க வேண்டும்? யாராவது ஒருவர் கழுதையில் ஏறிச் சென்றால் என்ன குறைந்தா போகும்?" என்றனர்.

அதைக் கேட்ட அவன், தன் மகனைக் கழுதை மேல் ஏற்றி விட்டுத் தான் மட்டும் நடந்து வந்தான்.

சிறிது தூரம் சென்றதும் இரண்டு பெரியவர்கள் வந்து கொண்டிருந்தனர். அவர்கள், இவர்களையும் கழுதையையும் பார்த்தனர்.

அவர்களில் ஒருவர், "இந்த வேடிக்கையைப் பாருங்கள். ஓடும் பாம்பைக் குறுக்கில் மிதிக்கும் இளவட்டம் கழுதைச் சவாரி செய்கிறான். வயதான தந்தையை நடக்கவைத்து அழைத்துச் செல்கிறான்" என்று கூறினார்.

மற்றவர், "இந்தக் காலத்தில் பெரியவர்களுக்கு யார் மரியாதை கொடுக்கிறார்கள்?" என்று ஏளனமாகக் கூறினார்.

அதைக் கேட்ட தந்தை, மகனை இறங்கி நடந்து வரும்படி கூறிவிட்டு, தான் கழுதை மீது அமர்ந்து சென்றான்.

சிறிது தூரம் சென்றதும் எதிரில் சிலர் வந்தனர். இவர்களைப் பார்த்துவிட்டு, "அட, இந்தக் கிழவனுக்கு இந்த வயதிலும் எவ்வளவு சுகபோக ஆசை பார்த்தியா? பெரிய மகாராஜா மாதிரி நினைப்பு. மகனை நடக்கவிட்டு அவன் மட்டும் கழுதைச் சவாரி செய்கிறான்" என்றனர்.

அதைக் கேட்டு வருத்தமுற்ற தகப்பன், தன் மகனையும் கழுதை மீது ஏற்றிக்கொண்டு ஓட்டிப் போனான்.

எதிரே இரண்டு இளைஞர்கள் வந்தனர். ஒரு கழுதையின் மீது இருவர் சவாரி செய்வதைக் கண்ட அவர்கள் கேலியாக, "இந்த ஈவிரக்கமற்ற ஜென்மங்களைப் பாருங்க. ஒரு கழுதை இரண்டு மனிதர்களைத் தாங்குமா?" என்று பேசிக்கொண்டே சென்றனர்.

அதைக் கேட்ட தகப்பன், தானும் தன் மகனும் உயிரினங்கள் மீது அளவற்ற அன்புடையவர்கள் என்பதை நிரூபிக்க விரும்பினான். உடனே கழுதையை விட்டு இருவரும் கீழே இறங்கினார்கள். கயிறுகளைக் கொண்டு கழுதையின் கால்களை இரண்டிரண்டாகப் பிணைத்துக் கட்டினார்கள். ஒரு தடியை கழுதையின் கால்களுக்கிடையில் கோர்த்து, ஒரு புறம் தகப்பனும் மறுபுறம் மகனுமாகத் தூக்கிச் சுமந்து சென்றனர்.

ஓர் ஆற்றுப் பாலத்தை அவர்கள் கழுதைச் சுமையோடு கடந்து கொண்டிருந்தனர். அப்போது எதிரில் சில சிறுவர்கள் கூட்டமாகக் கூடிப் பேசிச் சிரித்துக் கொண்டே வந்து கொண்டிருந்தனர்.

ஒரு கழுதையை இருவர் தூக்கிச் சுமந்துகொண்டு வருவதைக் கண்ட சிறுவர்கள் கைகளைத் தட்டியபடி அட்டகாசமாகச்

சிரித்தார்கள். அந்த ஆரவாரக் கூச்சலைக் கேட்டு மிரண்டு போன கழுதை தனது கால்களை உதைத்துக்கொண்டது.

கால் கட்டுகள் நழுவ, கழுதை ஆற்றுக்குள் பொத்தென்று விழுந்து விட்டது. ஆற்றில் நீர் வேகமாக ஓடிக் கொண்டிருந்ததால் ஆற்றில் கழுதை அடித்துச் செல்லப்பட்டது.

இதை தகப்பனும் மகனும் வேடிக்கை பார்த்தனர். அப்போது அந்த வழியாக வந்தவர்கள் “பாவம் கழுதை தண்ணீரில் விழுந்து துடிக்குது. இதை வேடிக்கை பார்க்கிறார்களே” என்றனர். உடனே தகப்பன் தொப்பென்று தண்ணீருக்குள் குதித்தான். தண்ணீர் அவனை அடித்துக்கொண்டு போய்விட்டது. இதைப் பார்த்துக்கொண்டு துடித்தான் மகன். அப்போது அந்த வழியாக வந்த ஒருவர் “அப்பன் தண்ணீரில் போகிறான். மகன் வேடிக்கை பார்க்கிறானே” என்றார். இதைக் கேட்ட மகன் உடனே தானும் ஆற்று நீரில் குதித்தான். தண்ணீர் அவனையும் அடித்துக்கொண்டு போனது. கழுதை, அப்பன், மகன் மூவரும் தண்ணீரில் போய்விட்டார்கள். அப்போதும் அந்த வழியாக வந்த சிலர் ஏதோ பேசிக்கொண்டுதான் போனார்கள்.

கதை சொன்னவர் டாக்டர் சு. பாலசுப்பிரமணியன்

60

உழைத்த காசு

இது வெகு காலத்திற்கு முன்பு நடந்தது. சிவானந்தபுரி என்று ஒரு நாடு. அதைச் சந்திரசேகரவர்மன் என்ற மன்னன் ஆண்டு வந்தான். அவன் பெரிய ஊதாரி.

ஆடம்பரத்திற்காக நிறைய வீண் செலவு செய்வான்.

அந்த நாட்டில் கைலாசகிரி என்ற மலை ஒன்று உண்டு. ஓங்கி வளர்ந்த மலை. அங்கு மிகவும் உயரமான பெரு மரங்கள் இருந்தன.

ஆங்காங்கே குகைகளும் பாறைகளும் தென்பட்டன. அந்த மலையின் அடிவாரத்தில் பார்வதிபுரம் என்று ஒரு கிராமம் உண்டு.

பார்வதிபுரத்தில் சுமார் ஐநூறு வீடுகள். மக்களுக்கு விவசாயம் தான் தொழில். சில பேர் மலைக் காட்டிற்கு வந்து விறகு வெட்டுவார்கள். அருகில் உள்ள நகரத்திற்குச் சென்று விற்றுவிட்டு வருவார்கள். நல்ல செழிப்பான கிராமம்.

பார்வதிபுரத்தில் திடீர் என்று பஞ்சம் வந்தது. காரணம் இரண்டு ஆண்டுகளாகத் தொடர்ந்து மழை பெய்யவில்லை. மழை இல்லாததால் ஊர் மக்கள் மிகவும் துன்பம் அடைந்தனர். பல பூசைகள் செய்தனர். யாகம் செய்தனர். பயன் இல்லை.

நிலம் வைத்து இருந்தவர்கள் கூட பிழைப்புக்காக விறகு வெட்ட மலை ஏறி வந்தனர். மக்களின் வறுமை நெஞ்சை உருக்கியது. அதைக் கேட்டு மன்னனே தவித்தான்.

அப்போது பார்வதிபுரத்திற்கு எங்கிருந்தோ ஒரு முனிவர் வந்தார். சடாமுடி, நரைத்த தாடி, நல்ல உயரம்.

பார்வதிபுரத்தின் மந்தைவெளியில் ஓர் ஆலமரம். அதன் கீழ் அவர் ஓர் இரவு படுத்து இருந்தார். பொழுது விடிந்தது.

அவர் எழுந்து ஊரின் தெருக்களை எல்லாம் சுற்றிப் பார்த்தார். எங்கும் நிற்கவில்லை. யாரிடமும் பேசவில்லை. பிச்சையும் கேட்கவில்லை. ஊரின் வறுமை அவருக்கு நன்கு புரிந்தது.

பிறகு அவர் மெதுவாகக் கைலாசகிரி மலை மீது ஏறலானார். அவர் வந்தது, ஊரைப் பார்த்தது, மலை ஏறிச் சென்றது, எல்லாவற்றையும் ஊர் மக்கள் கவனித்தனர்.

மலை மீது ஏறிச் சென்ற முனிவர் ஒரு குகையில் போய் அமர்ந்தார். கண்ணை மூடிக்கொண்டு தவம் செய்யத் தொடங்கினார். முனிவர் அந்த மலைக் குகையில் இருப்பதை ஆடு மாடு மேய்ப்பவர்கள், விறகு வெட்டச் செல்பவர்கள் பார்த்தனர்.

அவர் அங்கு வந்த ஒரே வாரத்தில் பார்வதிபுரத்தில் ஓர் அதிசயம். கனத்த மழை பெய்தது. ஒரு வாரம், இரண்டு வாரம் என்று தொடர்ந்து பெய்தது.

ஊர்க் குளம், ஏரி, கிணறுகள் எல்லாம் நிரம்பிவிட்டன. மக்களின் பஞ்சம் தீர்ந்தது. எத்தனையோ பூசை செய்து, யாகம் நடத்திப் பெய்யாத மழை திடீரென்று என் பெய்தது?

மக்கள் சிந்தித்தனர்.

அந்த முனிவர் வந்தது எல்லார் வாயிலும் பேச்சாக அடிபட்டது. அவரால் தான் மழை பெய்தது என்று நம்பினர்.

மலைக்குகையில் தவம் செய்யும் முனிவரிடம் மக்கள் கூட்டம் சென்றது. பழங்கள், பால், பலகாரம் என்று காணிக்கை எடுத்துச் சென்றனர்.

மக்கள் கொண்டு வந்த காணிக்கைகளை எல்லாம் பார்த்தார். ஒரு துரும்பு பாக்கி இல்லாமல் அவர்களுக்கே வழங்கினார். ஆசீர்வதித்து அனுப்பினார்.

பிறகு தொடர்ந்து கூட்டம் வரத் தொடங்கியது.

என்னென்னவோ சொந்தக் குறைகளை எல்லாம் மக்கள் அவரிடம் சொன்னார்கள். அவர் பதில் பேசவில்லை. ஒரு புன்னகை செய்தார். கையை உயர்த்தி ஆசீர்வாதம் செய்வார்.

அவ்வளவுதான்.

மலைக்குகையில் அவரை நாடித் தேடிச் சென்றவர்கள் எல்லாம் தம் குறைகள் நிறைவேறியதாக உணர்ந்தனர். நோய் குணமானதாகக் கூறினர்.

அவர் புகழ் எங்கும் பரவியது. மன்னன் சந்திரசேகர வர்மன் காதிலும் விழுந்தது. அவனுக்கும் முனிவரைக் காண விருப்பம் தோன்றியது.

தன் படைவீரர்களோடு ஒரு பல்லக்கை அவரிடம் அனுப்பி வைத்தான். மன்னர் அவரைப் பார்க்க விரும்பி அழைத்து வரச் சொன்னதாக அவர்கள் கூறினர்.

முனிவர் புன்னகை செய்தார். “ஆண்டிக்கு அரசனிடம் என்ன வேலை? ஆசீர்வாதம்” என்று கூறி அவர்களைத் திருப்பி அனுப்பிவிட்டார்.

அதைக் கேட்டு மன்னன் தன் தவறை உணர்ந்தான். படை பரிவாரங்களுடன் குதிரை மீது அவனே புறப்பட்டான். பொன்னும் மணியுமாக நிறையக் காணிக்கைகளை எடுத்துச் சென்றான்.

மலையேறி, முனிவரைச் சந்தித்தான். அவர் கால்களில் விழுந்து வணங்கினான். தனது காணிக்கைகளை அவர் முன்பு சமர்ப்பித்தான்.

முனிவர் அவனைப் பார்த்ததும் புன்னகை செய்தார். கையை உயர்த்தி ஆசிர்வாதம் செய்தார்.

காணிக்கைகளில் எதையும் அவர் ஏற்றுக்கொள்ளவில்லை. திரும்ப எடுத்துச் செல்லுமாறு கூறினார். பால், பழம், பலகாரம் எதையும் ஏற்கவில்லை.

மன்னன் மனம் வருந்தியது.

“தாங்கள் எதையாவது ஏற்க வேண்டும். எது வேண்டுமானாலும் தருகிறேன்” என்று கெஞ்சினான்.

முனிவர் மன்னனையே உற்றுப் பார்த்தார். “ஒரே ஒரு ரூபாய் கொடு” என்றார். மன்னன் மகிழ்ச்சியோடு எடுத்து அவரிடம் நீட்டினான்.

“இதுவல்ல. நீயாகச் சொந்தமாக உழைத்து வியர்வை சிந்தச் சம்பாதித்த காசு வேண்டும்” என்றார்.

மன்னன் யோசித்தான்.

அவன் கொண்டுவந்தது எதுவுமே அவன் உழைத்துச் சம்பாதித்தது அல்ல. மக்களின் வரிப்பணம். அடுத்த நாட்டு மன்னன் கட்டிய கப்பம். இப்படித்தான் இருந்தன.

முனிவர் கேட்டதைக் கொடுக்க முடியவில்லையே என்று அவன் கவலை அடைந்தான்.

“எனக்கு ஒருவாரம் கால அவகாசம் கொடுங்கள்” என்று கேட்டான்.

முனிவர் “சரி” என்றார்.

படை பரிவாரங்களுடன் திரும்பிச் சென்ற மன்னன் யோசிக்கலானான். சொந்தமாக வியர்வை சிந்தி எப்படி ஒரு ரூபாய் சம்பாதிப்பது? இதே சிந்தனை.

தனது நாட்டில் எங்கு சென்றாலும் மன்னன் என்பதால் வேலை செய்யவிடமாட்டார்கள். என்ன செய்யலாம்? யோசித்தான்.

தன் ஆடம்பர உடை, நகைகளை எல்லாம் கழற்றி வைத்தான். ஓர் ஏழைக் குடியானவன் போன்று மாறுவேடம் தரித்தான். நள்ளிரவில் அரண்மனையை விட்டுப் புறப்பட்டான்.

இரண்டு நாட்கள் கால்நடையாகவே நடந்தான். தன் நாட்டின் எல்லையைக் கடந்து அடுத்த நாட்டில் ஓர் ஊரை அடைந்தான்.

எதிரில் தென்பட்டவர்களிடம் இங்கு ஏதாவது கூலி வேலை கிடைக்குமா என்று விசாரித்தான். அவர்கள் மன்னனை ஏற இறங்கப்பார்த்தனர்.

வாட்ட சாட்டமாகக் கொழு கொழுவென்று இருக்கும் அவன் போய் கூலி வேலை செய்வானா? இப்படி நினைத்தனர்.

“ஒரு வேலையும் கிடையாது” என்று கூறினர். மன்னன் மனம் தளரவில்லை.

அவன் சொந்தமாக வியர்வை சிந்தி முனிவருக்குக் கொடுக்க ஒரு ரூபாய் சம்பாதிக்க வேண்டும். அந்த உறுதியோடு மேலும் நடந்தான்.

ஊர்க் கோடியில் ஓர் உலைக் கூடம் இருந்தது. அங்கே ஒரு கொல்லன் உலையைப் பற்ற வைத்து ஒரு பெரிய இரும்புத் துண்டைக் காய்ச்சிக் கொண்டு இருந்தான்.

அவனிடம் போய் மன்னன் வேலை கேட்டான். கொல்லன் அவனைப் பார்த்தான்.

"சம்மட்டி அடிக்கத் தெரியுமா?" என்று கொல்லன் கேட்டான்.

"தெரியாது... சொல்லிக் கொடுத்தால் அடிப்பேன்" என்று மன்னன் சொன்னான்.

"உன்னைப் பார்த்தால் வேலை செய்வாய் என்று தெரியவில்லை. ஆனால் என்னுடைய உதவியாள் இன்று வரவில்லை. அதனால் இன்று மட்டும் வேலைக்கு வைத்துக் கொள்கிறேன். சம்மட்டியை இப்படித் தூக்கு. காய்ந்த இரும்புத் துண்டின் மீது இப்படிப்போடு" என்று அவனுக்கு சொல்லிக் கொடுத்தான்.

சம்மட்டி அடிப்பது முதலில் சிரமமாக இருந்தது. கொல்லன் வாய்க்கு வந்தபடி மன்னனைத் திட்டினான். அதை மன்னன் பொருட்படுத்தவில்லை. அயராமல் சம்மட்டியை உயர்த்தி உயர்த்தி, பழுக்கக் காய்ச்சிய இரும்பை அடித்தான். வேலையே செய்து அறியாத உடம்பில் இருந்து வியர்வை வரத் தொடங்கியது.

காலை முதல் மாலை வரை வியர்வை ஆறாக வழிய வழிய மன்னன் சம்மட்டி அடித்தான்.

வேலை முடிந்தது. கொல்லன், மன்னன் செய்த வேலைக்கு ஒரு ரூபாய் கூலி கொடுத்தான்.

"நாளைக்கும் வந்து பார். என் உதவியாள் வரவில்லை என்றால் நீயே சம்மட்டி அடி" என்று மன்னனை அனுப்பி வைத்தான்.

கையில் வந்த ஒரு ரூபாயை மன்னன் திருப்பித் திருப்பிப் பார்த்தான். வியர்வை விட்டுச் சம்பாதித்த பணம். பெருமையாக இருந்தது.

அதே மாறுவேடத்தோடு கைலாசகிரி மலையை அடைந்தான். குகையில் இருந்த சாமியாரின் காலில் விழுந்து வணங்கினான்.

"சுவாமி, இதோ நீங்கள் கேட்ட ஒரு ரூபாய்" என்று அவரிடம் நீட்டினான்.

வந்திருப்பவன் மன்னன் என்று முனிவர் புரிந்து கொண்டார். பணத்தைக் கையில் வாங்கினார்.

"எப்படிச் சம்பாதித்தாய்?" என்று கேட்டார். "சம்மட்டி அடித்தேன்" என்று மன்னன் சொன்னான்.

உடனே முனிவர் எழுந்து வெளியே வந்தார். கையில் இருந்த ரூபாயை மலைச்சரிவில் வீசி எறிந்தார். கண்டுபிடிக்கவே முடியாத தூரத்தில் எங்கோ அதுபோய் விழுந்தது.

மன்னனுக்கு அதைக் கண்டு முகம் மாறியது. கோபம் வந்தது. துக்கம் எழுந்தது. அடக்கிக் கொண்டே கேட்டான்.

"இப்படிச் செய்துவிட்டீர்களே?" என்று மனக் குறையோடு முனிவரைக் கேட்டான்.

"வருத்தப்பட்டு சம்பாதித்தாய். அதனால்தான் காசின் வருத்தம் இப்போது தெரிகிறது. போய்வா" என்று அவனை அனுப்பினார்.

காசு சம்பாதிப்பது எவ்வளவு கடினம் என்பதை உணர்ந்த மன்னன் தன் ஊதாரித்தனத்தையும் ஆடம்பரத்தையும் அன்று முதல் நிறுத்திக்கொண்டான்.

தனது சித்தப்பா திரு. எஸ். இராமலிங்கத்தின் வாயிலாகக் கேட்ட கதையைச் சொன்னவர்: வையவன்

61

நிழலும் நிஜமும்

ஓர் ஊரில் பணக்காரன் ஒருவன் இருந்தான். அவனுக்கு யார் மகிழ்ச்சியாக இருந்தாலும் பிடிக்காது. மிகவும் பொறாமை கொண்டவன்.

அவன் வீட்டின் முன்பு பெரிய மாமரம் ஒன்று இருந்தது. அதன் நிழல் சில சமயம் அவன் வீட்டுக்குள் வரும். மாடியின் மேல் படியும்.

அந்த வழியாக வரும் வழிப் போக்கர்கள் எல்லோரும் மர நிழலில் இளைப்பாறுவர். அந்த மரத்தின் நிழலில் தங்குவார்கள்.

இதைக் கண்டால் போதும்... அந்தப் பணக்காரச் செல்வந்தன் கோபத்தால் துடிப்பான்.

"இது என் மரம். இதன் நிழலில் யாரும் தங்கக் கூடாது" என்று அவர்களை விரட்டி அடிப்பான்.

சின்னஞ் சிறுவர்களைக் கூட அதன் நிழலில் விளையாடவிட மாட்டான்.

அந்த ஊரில் இருப்பதோ ஒரே ஒரு பெரிய மரம் அதுதான். அதன் நிழலில் தங்க முடியவில்லையே என்று ஊர் மக்கள் வருத்தப்பட்டுக் கொண்டார்கள்.

ஒருநாள் ஒரு பெரியவர் அந்த வழியாக வந்தார். மக்கள் பேசுவதைக் கேட்டார். மிகவும் வருத்தப்பட்டார்.

"நீங்கள் எனக்கு ஒத்துழைப்புத் தாருங்கள். அந்தப் பணக்காரனின் ஆணவத்திற்கு நல்ல பாடம் கற்றுத் தருகிறேன்" என்றார் பெரியவர்.

ஊர் மக்களுக்கு மகிழ்ச்சி.

"நீங்கள் என்ன செய்தாலும் அதற்குத் துணை நிற்கிறோம்" என்றார்கள்.

மறுநாள் காலையில் அந்த மரத்தின் நிழலில் பாயை விரித்துப் படுத்தார் பெரியவர்.

வீட்டிலிருந்து இதைப் பார்த்த அந்தப் பணக்காரன் கோபத்தில் கத்தினான்.

"என் மர நிழலில் நான் யாரையும் நிற்கவே விடுவதில்லை. இந்தக் கிழவன் படுத்துத் தூங்குகிறான். இவனுக்கு நல்ல பாடம் கற்பிக்க வேண்டும்' என்று நினைத்தான்.

கையில் ஒரு குடம் நீருடன் வெளியே வந்தான். அந்தப் பணக்காரன் அந்த நீரை அப்படியே பெரியவரின் மீது கொட்டினான்.

முழுவதும் நனைந்துவிட்ட பெரியவர் துள்ளி எழுந்தார். "எதற்காக என் மீது நீரை ஊற்றினீர்கள்?" என்று கோபத்துடன் கேட்டார்.

“இது என் மரம். இங்கே யாரும் படுக்கக் கூடாதுய்யா.”

“நான் என்ன மரத்தின் கிளையையா வெட்டினேன். அதன் நிழலில் தானே படுத்தேன். இதற்கா இந்தத் தண்டனை?” என்று கேட்டார்.

“மரம் எனக்குச் சொந்தம். ஆகவே அதன் நிழலும் எனக்குச் சொந்தம். எதற்காக வீண் கதை பேசுகிறாய்? ஓடு” என்று அவரை விரட்டினான் பணக்காரன்.

“இந்த மரத்தின் நிழல் எனக்குப் பிடித்திருக்கிறது. உங்களுக்குச் சொந்தமான இந்த நிழலை விலைக்கு வாங்க விரும்புகிறேன். என்ன விலை சொல்கிறீர்கள்?” என்று கேட்டார் பெரியவர்.

“நிழலை விலைக்கு வாங்கப் போகிறானாம். இவன் சரியான முட்டாளாகத்தான் இருக்க வேண்டும். எதற்கும் அதிக விலை சொல்வோம்?” என்று நினைத்தான் அந்தப் பணக்காரன்.

“முந்நூறு ரூபாய் தந்தால் இந்த மரத்தின் நிழலை விற்கிறேன்” என்றான் செல்வந்தன்.

“பின்னால் பேச்சு மாறக் கூடாது” என்றார்.

“சாட்சிகளை வைத்துக்கொண்டு இந்த மரத்தின் நிழலை உங்களுக்கு விற்கிறேன். இனி இதில் எனக்கு எந்த உரிமையும் இல்லை என்று எழுதித் தருகிறேன்” என்றான் பணக்காரன்.

உடனே பெரியவர் சாட்சிகளை வைத்துக்கொண்டு அவனிடம் பணம் தந்தார். அவனும் தான் சொன்னபடியே எழுதித் தந்தான்.

அன்றே அந்தப் பணக்காரனுக்குத் தொல்லைகள் வரத் தொடங்கியது.

பெரியவருடன் சேர்ந்து ஊர் மக்களும் கும்மாளம் அடிக்கத் தொடங்கினார்கள்.

“முந்நூறு பணம் எனக்கு இலாபம், இவர்கள் என்ன செய்தால் நமக்கு என்ன?” என்று நினைத்தான் பணக்காரன்.

மாலை நேரம் வந்தது. மரத்தின் நீண்ட நிழல் பணக்காரனின் வீட்டுக்குள் விழுந்தது.

மரத்தின் நிழலில் அமர்ந்திருந்த எல்லோரும் செல்வனின் வீட்டிற்குள் ஆரவாரமாக நுழைந்தனர்.

“எதற்காக என் வீட்டிற்குள் நுழைகிறீர்கள்?” என்று கோபத்துடன் கத்தினான் பணக்காரன்.

தன் கையில் இருந்த பத்திரத்தை அவனிடம் காட்டிய பெரியவர், “உங்கள் மர நிழலில் எனக்கு உரிமை இருக்கிறதே” என்று கேட்டார்.

“உரிமை இருக்கிறது. அதற்காக என் வீட்டிற்குள் நுழையலாமா?” என்று கேட்டான் அவன்.

“மரத்தின் நிழல் உங்கள் வீட்டிற்குள் உள்ளது. அந்த நிழலில் நாங்கள் தங்கி இருக்கிறோம். நிழல் எப்பொழுது வீட்டை விட்டுப் போகிறதோ அப்பொழுதுதான் நாங்களும் போவோம்” என்றார் அவர்.

என்ன செய்வான் பணக்காரன்? அவர்கள் செய்ததைப் பொறுத்துக் கொள்ளத்தான் வேண்டும் என்று நினைத்தான். இரவு வந்தால் தொலைந்துவிடுவார்கள் என நினைத்தான்.

அன்றிரவு பணக்காரனின் உறவினர்கள் எல்லோரும் வந்திருந்தனர்.

வீட்டு மாடியில் கூச்சலும் குழப்பமுமாக இருந்தது. என்னவோ ஏதோ நடக்கிறது என்று மாடிக்கு ஓடி வந்தான்..

அங்கே பெரியவர் ஊர் மக்களுடன் கூடிப் பேசிக் கொண்டிருந்தார்.

பணக்காரனுக்குக் கோபம். “இந்த இரவு நேரத்தில் என் வீட்டு மாடியில் என்ன செய்கிறீர்கள்?” என்று கேட்டான்.

“நிலவொளியில் மரத்தின் நிழல் இப்பொழுது இந்த மாடியில் விழுந்துள்ளது. ஒப்பந்தப்படி மரநிழலில் நான் என்ன வேண்டுமானாலும் செய்யலாம்.

"நீ போய் உன் வேலையைப் பார்" என்றார் அதிகாரத்துடன் பெரியவர்.

அப்பொழுதுதான் அந்தப் பணக்காரனுக்குத் தன் தவறு புரிந்தது. வெறும் முந்நூறு ரூபாய்க்காக நிம்மதியை இழந்துவிட்டோமே. என் பேராசை என்னை இந்த நிலைக்குக் கொண்டு வந்துவிட்டதே" என்று நினைத்து வருந்தினான்.

"ஊர் மக்களுடைய வெறுப்பிற்கும் ஏற்கனவே ஆளாகி விட்டேனே. எல்லோரும் அந்தப் பெரியவர் பக்கம் தான் இருப்பார்கள். மாலையில் நம் வீட்டிற்குள் நிழல் விழுவதைத் தடுக்க முடியாதே. முழு நிலாக் காலத்தில் மாடியில் நிழல் விழுமே. என்ன செய்வது?" என்று சிந்தித்தான் பணக்காரன். அவனால் ஒன்றும் செய்ய முடியவில்லை.

பெரியவரின் முன் தலை குனிந்து நின்றான்!

கதைசொன்னவர்: டாக்டர் சு. பாலசுப்பிரமணியன்

62

அன்ன மகத்துவக் கதை

ஒரு ஊரில் ஒரு அம்மாவும் மகனும் வசித்து வந்தார்கள். அம்மா பெயர் மாரியம்மாள். மகன் பெயர் காத்தமுத்து. மாரியம்மாள் கூலி வேலை செய்து தன் மகனைப் பள்ளியில் படிக்க வைத்தாள்.

காத்த முத்துவுக்கு அப்பா கிடையாது. அவனுக்கு எல்லாமே அம்மாதான். தினமும் கேழ்வரகுக் கூழ்தான் உணவு. சில வேளைகளில் கம்பஞ்சோறு சமைப்பாள். ஆனால் தினமும் ஒரு பிச்சைக்காரனுக்கு தவறாமல் அரிசிச்சோறு அளித்து வந்தாள் மாரியம்மாள்.

காத்தமுத்துவுக்கு இது வியப்பாக இருந்தது. அம்மாவிடம் இது பற்றிக் கேட்டான்.

“மகனே..... நாமோ.... பரம ஏழை. அரிசிச் சோறு சாப்பிடும் அளவுக்கு வசதி போதாது. அதனாலதான் தினமும் கேப்பையும் கம்பும் சமைக்கிறேன். ஆனால் தினம் யாராவது ஒருவருக்கு அரிசிச்சாதம் தர்மம் செய்தால் அது நமக்கு நன்மை தரும். அதனால்தான் நான் அப்படிச் செய்து வருகிறேன்” என்று மாரியம்மாள் சொன்னாள்.

காத்தமுத்து ஏதோ சந்தேகம் கேட்க நினைத்தான். ஆனால் அம்மாவிடம் கேட்கத் தைரியம் வரவில்லை. அதை அந்தத் தாய் உணர்ந்து கொண்டாள்.

“மகனே... அன்ன மகத்துவக் கதை தெரிந்தால் உனது சந்தேகம் எல்லாம் நீங்கிவிடும்” என்றாள் அவள்.

“அன்ன மகத்துவக் கதையா? அதை எனக்குச் சொல்லும்மா” என்று கேட்டான் காத்தமுத்து.

“அன்னமகத்துவக் கதையை நீ சாமியிடம் தான் கேட்க வேண்டும்” என்றாள் தாய்.

“அப்படியா... அம்மா... இப்பவே நான் சாமியைத் தேடிப் போகிறேன்” என்று புறப்பட்டான் அவன்.

“மகனே... இதில் அரிசிச்சோறு கட்டி வைத்துள்ளேன். இதை எடுத்துச்செல், உனக்கு இது சமயத்தில் பயன்படும்” என்று சொல்லி கட்டுச்சாத மூட்டையை மகனிடம் கொடுத்து வழி அனுப்பிவைத்தாள் அந்தத்தாய்.

கட்டுச் சாதத்துடன் காட்டு வழியில் அன்னமகத்துவக் கதையைக் கேட்டு அறிய சாமியைத் தேடி (கடவுள்) சென்று கொண்டிருந்தான் காத்தமுத்து.

செல்லுகின்ற வழியில் ஓர் நகரம் வந்தது. அந்த நகரத்தில் பகல் பொழுது வீடுகள் காணப்படும். இரவில் அந்த வீடுகள் மறைந்து விடும். இது அவனுக்கு விசித்திரமாகத் தெரிந்தது. அவ்வூர்மக்களிடம் காரணம் கேட்டான். அவர்களால் அதற்குப்

பதில் சொல்ல முடியவில்லை. "நீதான் சாமியைப் பார்க்கப் போகிறாயே... அவரையே பதில் கேட்டு வா..." என்று அவனிடம் முறையிட்டார்கள்.

பிறகு அவன் வேறொரு நகரம் அடைந்தான். அங்கு பகல் பொழுது வீடுகள் இருக்காது. இரவில் வீடுகள் காணப்படும். அங்குள்ள மக்களும் இதற்குக் காரணம் தெரியாது என்று சொல்லிவிட்டார்கள். கடவுளிடம் இதற்கான காரணம் கேட்டு வரச் சொன்னார்கள்.

மேலும் அவன் காட்டுப் பாதையில் சென்று கொண்டிருந்தான். வழியில் ஒரு நாகப்பாம்பு சுருண்டு படுத்துக் கிடந்தது. அது உயிருக்குப் போராடிக் கொண்டிருந்தது.

அந்தப் பாம்பிற்காக பரிதாபப் பட்டான் காத்தமுத்து.

"தம்பி... என்னால் ஓடியாடி இரைதேட முடியலே. ஆனால் என் உயிரும் போகமாட்டேன் என்கிறது. நான் தினமும் செத்துப் பிழைத்துக் கொண்டிருக்கிறேன். நீதான் எனக்கு ஒரு நல்ல முடிவைச் சாமியைக் கேட்டுச் சொல்ல வேண்டும்" என்று கேட்டது நாகப்பாம்பு.

"சரி..." என்று ஒப்புக்கொண்டு அவன் தனது பயணத்தைத் தொடர்ந்தான்.

வழியில் ஒரு பெரிய மாமரத்தைப் பார்த்தான். அந்த மரத்தில் இலை, கிளை, பூ, பிஞ்சு எல்லாம் இருந்தன. ஆனால் காய் மட்டும் தோன்றுவதே இல்லை. அதையும் வியப்பாகப் பார்த்தான் காத்தமுத்து.

"அன்னமகத்துவக் கதையைச் சாமியிடம் கேட்கப் போறே. அப்படியே என்னோட இந்த நிலைமைக்கும் காரணம் கேட்டுட்டு வா" என்றது மாமரம்.

காத்தமுத்துவுக்கு எல்லாமே புரியாத புதிராகப்பட்டது. அன்னமகத்துவக் கதையைக் கேட்க நினைத்து சாமியைத் தேடிப் புறப்பட்டவனுக்கு அடுக்கடுக்காய் பல விசித்திர நிகழ்ச்சிகள்.

சிந்தனை செய்தபடி சென்று கொண்டேயிருந்தான். இருட்டிவிட்டது; இரவு வந்தது. வானில் நட்சத்திரங்கள் கண் சிமிட்டி இவனை வரவேற்றன.

அடர்ந்த காடு. இரவுநேரம். இனியும் இந்த இருட்டில் பயணம் செய்வது என்பது ஆபத்து. இரவுப் பொழுதை இங்கேயே கழித்துவிடலாம் என்று காத்தமுத்து நினைத்தான்.

பக்கத்தில் எங்காவது வீடு தென்படுகிறதா என்று காத்தமுத்து சுற்றும் முற்றும் பார்த்தான். கண்ணுக்கெட்டிய தூரம் ஒரு குடிசைகூடத் தென்படவில்லை.

"மகனே... என்ன தேடுகிறாய்?" குரல் வந்த திசையில் பார்வையைச் செலுத்தினான் காத்தமுத்து.

அங்கே-

ஒரு பெரிய மரத்தின் கிளை ஒன்றில் பரண் அமைத்து ஒரு தாத்தாவும் பாட்டியும் உட்கார்ந்திருந்தார்கள். அந்தத் தாத்தா தான் அவனிடம் கேள்வி கேட்டவர்.

"தாத்தா... நான் அன்ன மகத்துவக் கதையின் பெருமையைக் கேட்டுத் தெரிந்துகொள்ள சாமியைத் தேடிப் போகிறேன்" என்றான் காத்தமுத்து.

"தம்பி. ரொம்ப இருட்டிப் போச்சு. இந்தக் காட்டுல கொடிய மிருகங்கள் வசிக்குது. அதனால் இன்னிக்கு ராத்திரி எங்க கூடவே தங்கி விடு" என்று பெரியவர் கூறினார்.

"இந்தப் பரண்ல நம்ப ரெண்டுபேர் தங்கறதே கஷ்டம். இதுல மூணாவதா இவனை எப்படித் தங்க வைக்கிறது?" என்று பாட்டி கோபப்பட்டாள்.

"பாவம் சின்னப் பையன். ஒரு நாள் ராத்திரிதானே... சமாளிக்கக்கலாம்..." - தாத்தா அவனுக்காக பரிந்து பேசினார்.

காத்தமுத்து அவர்களோடு அந்தப் பரணில் ஏறி அமர்ந்து கொண்டான். தாத்தாவும் பாட்டியும் சாப்பிடவில்லை. அவர்களிடம் உணவுப் பண்டமும் இல்லை.

காத்தமுத்து தான் வைத்திருந்த கட்டுச் சோற்று மூட்டையைப் பிரித்தான். இருக்கின்ற அரிசிச் சோறை மூவருமாகப் பகிர்ந்து உண்டார்கள்.

பாட்டியும் தாத்தாவும் காத்தமுத்துவை வாயார வாழ்த்தினார்கள்.

உண்ட களைப்பில் மூவரும் நன்கு உறங்கிவிட்டார்கள். இட நெருக்கடி காரணமாக மூவரும் உருண்டு புரண்டு படுத்தார்கள். நல்ல உறக்கத்தில் தாத்தா தவறிக் கீழே விழுந்துவிட்டார். அந்த நேரம் பசியோடு இருந்த புலி ஒன்று அந்தப் பக்கமாக வந்தது. தாத்தாவை அடித்துக் கொன்று சாப்பிட்டுவிட்டது.

புலியின் சத்தம் கேட்டு கண் விழித்துப் பார்த்தாள் பாட்டி. தாத்தாவின் மரணத்தால் பாட்டியும் மயங்கிக் கீழே விழுந்து இறந்துவிட்டாள்.

திக்பிரமை பிடித்துக் குழம்பி நின்றான் காத்தமுத்து. அப்போது - அங்கே ஒரு வேடன் வந்தான்.

காத்தமுத்து கண்கலங்கி நின்றான். வேடன் அவனைச் சமாதானப்படுத்தினான்.

“ஐயா... நான் அன்ன மகத்துவக் கதையைக் கேட்டு அறிய சாமியைக் தேடிப்புறப்பட்டேன். வந்த வழியிலே இப்படி நடந்திடுச்சு. எனக்கு ரொம்ப கவலையாயிருக்குது” என்று சொல்லி தேம்பித் தேம்பி அழுதான்.

“தம்பி! கண்ணீரைத் துடைத்து எறி. எல்லாம் இறைவன் செயல். அந்தப் பெரியவர் மோட்சலோகம் அடைவார். அந்தப் பாட்டி நகரில் உள்ள ராஜாவுக்குக் குழந்தையாகப் பிறப்பாள். அந்த ராஜா அந்தப் பெண் குழந்தையைத் தாம்பாளத்தில் ஏந்தி வந்து உன்னிடம் காண்பிப்பார்...” என்று சொல்லிக் கொண்டே போனான் அந்த வேடன்.

“எல்லாம் தெரிந்தது போல் சொல்கிறீர்களே! தாங்கள் யார்?”- காத்தமுத்து குறுகுறுப்புடன் கேட்டான்.

“அன்ன மகத்துவக் கதை கேட்டு அறிய சாமியைத் தேடிச் செல்கிறாய் அல்லவா? நான் தான் அந்த சாமி!”

தடாலென வேடனின் காலில் விழுந்து வணங்கினான் காத்தமுத்து.

கடவுளைப் பார்த்த மகிழ்ச்சியில் அந்த அர்த்த ராத்திரியிலும் குதித்து ஆடினான்.

“சாமி... எனக்கு சில சந்தேகங்கள். அவற்றை நீங்கள் தான் நீக்க வேண்டும்” என்றான் காத்தமுத்து.

கடவுளும் புன்னகையுடன் ஒப்புக்கொண்டார்.

மாமரம் காய்க்காததன் காரணத்தை காத்தமுத்து முதலில் கேட்டான்.

“அந்த மாமரத்தின் கீழே அதன் வேர்களினின்று சற்று தள்ளி ஒரு புதையல் உள்ளது. அந்தப் புதையலை மரம் தந்து விட்டால் பிறகு அந்த மரம் காய்க்கத் தொடங்கி விடும்” என்றார் கடவுள்.

“அப்புறம் நாகப்பாம்பு ஒன்று மரண வேதனையில் உண்ணவும் முடியாமல் கஷ்டப்பட்டு வருகிறது. அது ஏன்? என்று கேட்டான்.

“அந்தப் பாம்பு... தன்னிடம் உள்ள நாகரத்தினத்தைக் கக்கிவிட்டால்... அதன் உயிர் அமைதியாகப் பிரிந்துவிடும்” என்றார் கடவுள்.

“ஒரு நகரில் இரவு மட்டும் வீடுகள் உள்ளது. பகலில் காணாமல் போய்விடுகிறது. அது ஏன்?” என்று கேட்டான்.

“அந்த நகரில் நிறைய கன்னிப் பெண்கள் திருமணம் ஆகாமல் உள்ளார்கள். அவர்களுக்குக் கல்யாணம் ஆகிவிட்டால் பகலிலும் வீடுகள் காணப்படும்” என்றார் கடவுள்.

“இன்னொரு நகரில் பகலில் மட்டும் வீடுகள் காணப்படுகிறது. ஆனால் இரவில் மறைந்து விடுகிறதே அது ஏன்? என்று கேட்டான் காத்தமுத்து.

“அதுவா... அங்கே இரவில் கொள்ளைக் கூட்டத்தார் தொல்லைகள் உண்டு. எனவேதான் இரவில் வீடுகள் மறைந்து விடுகின்றன” என்று சொன்னார் கடவுள்.

“அப்புறம் சாமி. அன்ன மகத்துவப் பெருமை பற்றி சொல்லுங்கள்” என்றான் காத்தமுத்து.

“அன்ன மகத்துவப் பெருமை. போகப் போக நீ அறிந்து கொள்வாய்” என்று கூறி வேடன் உருவில் இருந்த இறைவன் மறைந்துவிட்டார்.

காண்பதெல்லாம் கனவா? நனவா? என்று திகைத்து நின்றுவிட்டான் காத்தமுத்து. பொழுது புலர்ந்தது. ஊர் திரும்பிக் கொண்டிருந்தான் காத்தமுத்து. திரும்பும் வழியில் முதலில் தென்பட்ட மாமரத்திடம் சாமி சொன்னதைச் சொன்னான்.

மாமரம் பூமியைத் தோண்டச் சொன்னது. காத்த முத்துவும் தோண்டினான். சாமி சொன்னதுபோல் பெரிய குடம் நிறையத் தங்கக் காசுகள் இருந்தன.

“தம்பி... நீயே இந்தப் புதையலை வைத்துக்கொள்” என்று சொல்லி மரம் அந்தப் புதையலை காத்தமுத்துவிடம் கொடுத்தது.

பிறகு நாகப்பாம்பிடம் நடந்ததைக் கூறினான். அது உடனே நாகரத்தினம், ஜீவரத்தினம் இரண்டையும் கக்கிக் கொடுத்தது.

“இந்த இரத்தினங்களை நீயே எடுத்துக்கொள்” என்று சொல்லிவிட்டு அந்தப் பாம்பு இறந்துவிட்டது.

அடுத்து இரவில் மட்டும் வீடுகள் காணப்படும் நகரை அடைந்தான். அங்கு ஆட்சி செய்து வரும் மன்னரிடம் அவ்வூரில் உள்ள பெண்களுக்கு விரைவில் திருமணம் செய்து வைக்க ஏற்பாடுகள் செய்யச் சொன்னான்.

அரசனும் அவ்வாறே செய்வதாக உறுதிமொழி தந்தார்.

“தம்பி, இன்று காலைதான் எனக்கு ஒரு பெண் குழந்தை பிறந்துள்ளது. இதோ பாருங்கள்” என்று சொல்லி ராஜா அந்தக் குழந்தையைத் தங்கத் தாம்பாளத்தில் ஏந்தி வந்தார்.

இறைவன் சொல்லியபடியே அனைத்தும் நடப்பதை அறிந்து அவன் இறைவனுக்கு நன்றி தெரிவித்தான்.

“தம்பி... இவள் வளர்ந்து பெரியவள் ஆனதும் உங்களுக்குத்தான் இவளைத் திருமணம் செய்து தரப்போகிறேன். நீங்கள் கடவுள் அருள் பெற்றவர். எனவே எங்கள் நாட்டு இளவரசியை மறுக்காமல் ஏற்றுக்கொள்ள வேண்டும்” - பணிவுடன் வேண்டுகோள் வைத்தார்.

காத்தமுத்துவும் தலை அசைத்து சம்மதம் தெரிவித்தான்.

அப்புறம் பகலில் மட்டும் வீடுகள் காணப்படும் நகரை அடைந்தான். அங்கு ஆட்சி செய்யும் மன்னரைப் பார்த்து விளக்கம் அளித்தான்.

'ஆஹா... நான் பாக்கியசாலி. இறையருள் பெற்ற நீங்களே இனி இந்த நாட்டின் அமைச்சர். பொறுப்பை ஏற்றுக் கொள்ளுங்கள்" என்றார் அந்த அரசர்.

காத்தமுத்து அதற்கும் சம்மதம் தெரிவித்தான்.

இறுதியாக தன் சொந்த ஊர் வந்து சேர்ந்தான். அம்மாவிடம் நடந்த நிகழ்ச்சிகள் அனைத்தையும் ஒன்றுவிடாமல் சொன்னான்.

"அம்மா... தாங்கள் தினமும் ஒரு ஏழைக்கு அன்னம் இட்டதால் இன்று கடவுள் நம் துன்பங்களையெல்லாம் தீர்த்துவிட்டார்" என்று மனம் நெகிழக் கூறி அம்மாவின் கால்களில் விழுந்து வணங்கினான்.

மாரியம்மாளின் கண்களில் மாரிபோல் ஆனந்தக் கண்ணீர் பெருகிற்று. கடவுளுக்கு நன்றி தெரிவித்தாள் அந்தத் தாய்.

அன்ன மகத்துவக் கதையைக் கேட்டவர்கள், படித்தவர்கள் எல்லாரும் எல்லா நன்மைகளும் பெற்றுத் திகழ்வார்கள் என்பதில் ஐயமில்லை.

கதைசொன்னவர் மா. கமலவேலன், திண்டுக்கல்.

63

உயிர் ஆசை

அந்தக் கிராமத்துத் தெரு வழியாக நடந்து கொண்டிருந்தான் ஒரு பண்டாரம்! பசிக் களைப்பு. வெகுதூரம் கால்நடையாக வந்து சேர்ந்த சோர்வு. இரண்டும் அவனை வாட்டிக் கொண்டிருந்தன. யாராவது பிச்சை போடுவார்களா என்று தேடி அலைந்தான்.

அந்தத் தெருவில் அழுகைச் சத்தம். அங்கே நடமாடிய எல்லாரது முகங்களிலும் வருத்தம். தகவல் என்னவென்பதைத் தெரிந்து கொள்வதற்காக, ஒரு வீட்டின் திண்ணையில் உட்கார்ந்திருந்த கிழவியிடம் போனான் பண்டாரம்.

"என்ன பாட்டி...? இங்கே என்ன நடந்தது? ஒரே அழுகைச் சத்தமா இருக்கே...?" என்று விசாரித்தான்.

"அந்தக் கொடுமையை ஏம்ப்பா கேக்கிறே? இந்த ஊரிலேயே பணக்கார வீட்டுப் பிள்ளை. பதினாறு வயசு தான் ஆகுது! பாம்பு கடிச்சுச் செத்துப் போச்சு! ம்... பால் வடியற முகம்... பச்சைப் பிள்ளை! சாகற வயசா அதுக்கு இந்த ஊரிலே எத்தனை கிழடு, கட்டை இருக்கு? ஏன்... இப்ப என்னையே எடுத்துக்க! எனக்கு வந்திருக்கக் கூடாதா அந்தச் சாவு" என்று கிழவி அங்கலாய்த்தாள்.

அவள் சொன்னதைக் கேட்டு, மிக இலேசாகச் சிரித்துக் கொண்டான் பண்டாரம். சாவு வீட்டுக்குப் போனான். அங்கே நல்ல கூட்டம். ஒப்பாரி வைத்தபடி எல்லாரும் அழுது புலம்பிக் கொண்டிருந்தார்கள். "அந்தச் சாவு எங்களுக்கு வந்திருக்கக் கூடாதா...?" என்று பல பேரும் சொல்லிச் சொல்லி அழுதார்கள்.

பண்டாரம் வீட்டிற்குள் சென்றான். "இந்தப் பையனை நான் உயிர் பிழைக்க வைக்கிறேன்! ஆனா... இங்கே இருக்கிறவங்களிலே யாராவது ஒருத்தர், இவனுக்கு பதிலாத் தன் உயிரைக் கொடுக்கணும். அதுக்கு யாராவது ஒத்துக்கிட்டீங்கன்னா இவனைக் காப்பாத்தலாம்... அப்படி யாராவது இங்கே இருக்கீங்களா?" என்று கேட்டான்.

கூட்டம் கலையத் தொடங்கிவிட்டது. சிறிது நேரத்தில் மிகவும் நெருங்கிய சொந்தக்காரர்களைத் தவிர அங்கே வேறு யாரும் இல்லை.

இறந்து போன பையனுக்கு அருகே, அவனுடைய தகப்பன் சோகத்தோடு நின்றுகொண்டிருந்தான். பண்டாரம் அவனிடம் சென்று "நீங்கள் சாகத் தயாரா?" என்று கேட்டான்.

தகப்பன் சொன்னான். என் பிள்ளை பிழைக்கணும்னா நான் எதுவும் செய்வேன். ஆனா... இப்பப் பார்த்து ஒரு சிக்கல்! ஊர் முழுக்கப் பல பேர் கிட்டேயும் நான் பணம் கடன் கொடுத்திருக்கேன். அவ்வளவு பேர்கிட்டே இருந்தும் வட்டியைச் சரியாகக் கணக்குப் பண்ணிப் பணத்தை வசூல் பண்ணணும்! என் பெண்டாட்டிக்குக் கணக்கு, வழக்கு எதுவும் பார்க்கத் தெரியாது? அது மட்டுமில்லாம... போன வாரம்தான்

ஒரு நிலம் வாங்கிப் போட்டிருக்கேன். அதைச் சீர் செய்யணும்... நான் போயிட்டா இந்த மாதிரி சோலியெல்லாம் பார்க்க வேற ஆளில்லை...! அதுக்குத் தான் யோசிக்கிறேன்."

பண்டாரம் அதே கேள்வியை அடுத்ததாகப் பையனின் தாயிடம் கேட்டான். அதற்கு அவள் "நான் பெத்த பிள்ளைக்கு நானே உசிரைக் கொடுக்கலைன்னா வேறே யார் கொடுப்பாங்க...? ஆனாப்பாரு சரியா இதே நேரம் பார்த்து என் மக பிரசவத்துக்கு வந்திருக்கா...! கருவேப்பிலைக் கன்னு மாதிரி ஒரே மக!... அவளுக்கு இது தலைப் பிரசவம் வேற! அது நல்லபடியா முடிஞ்சி தாயும், குழந்தையுமா உசிரோட நான் பார்த்திட்டாப் போதும்! அப்புறம்... நிம்மதியா நான் போய்ச் சேர்ந்திடுவேன்" என்றாள்.

அடுத்ததாக, இறந்துபோன பையனின் மூத்த சகோதரியிடம் சென்றான் பண்டாரம்.

"என்னம்மா... நீயாவது உன் தம்பிக்காக உன் உயிரைக் கொடுக்கச் சம்மதிப்பியா..." என்று கேட்டான்.

அதற்கு அவள் “தம்பின்னா... எனக்கு உயிரு! ஆனா... இப்ப எனக்குக் கல்யாணம் ஆகிப் போச்சே! என் வீட்டுக்காரரைக் கேட்காமே நானா எப்படி என் உயிரைக் கொடுக்க முடியும்...? போதாக் குறைக்கு நான் கர்ப்பமா இருக்கேன். என் புருஷனுக்கு ரொம்ப நாளாப் பிள்ளையே இல்லாம இப்ப என்னை அதுக்காகவே இரண்டாந்தாரமாக் கட்டியிருக்காங்க! இந்த நிலைமையிலே நான் செத்துப் போனா என் வயித்துப் பிள்ளை என்ன ஆகும்?" என்றாள்.

சாவு வீட்டிலிருந்து வெளியேறிய பண்டாரம், தான் முதலில் சந்தித்த கிழவியிடம் சென்றான்.

"என்ன பாட்டி... உனக்குத்தான் எந்தப் பிரச்சினையும் இல்லை! சாவு வரலையேன்னு வேற புலம்பிக்கிட்டு உட்கார்ந்திருக்கே? நீ உயிரைக் கொடுத்தா அந்தப் பிள்ளையைப் பிழைக்க வைக்கலாமில்லே" என்றான்.

அதிர்ச்சியடைந்த கிழவி அவனைப் பார்த்துக் கத்தினாள்.

"யார் வீட்டு எழவுக்கு யாரைச் சாகச் சொல்றே.. அவங்க வீட்டுலே யாருமே இல்லையா?"

"ஏன் பாட்டி ! நீதானே முதல்லே சொன்னே ..... அந்தச் சாவு எனக்கு வரக்கூடாதான்னு....? அதுதான் உன்கிட்டே கேட்டேன்" என்றான் பண்டாரம்.

பாட்டி சற்று அமைதியடைந்தவளாய்ப் பேசினாள். "இப்பக்கூட நான் ஒரேயடியா மாட்டேன்னு சொல்ல லைப்பா! நான் தயார்தான்! ஆனாப் பாரு..... வலியே இல்லாம சுகமாச் சாகணும்னு எனக்கு ஆசை ! தூங்கும் போது ..... அப்படியே சுகமா ஆவி பிரிஞ்சிடணும்!.... அதோட பாரு... என் பேரன், பேத்திக யாரும் இப்ப என் பக்கத்திலே இல்லை. அவங்க காலையிலே காட்டுக்குக் களையெடுக்கப் போனவங்க..... சாப்பிடாமே வெறும் வயித்தோட போயிருக்காங்க! வரும்போது நல்ல பசியோட வருவாங்க!... அதுக்குத்தான் நெல்லுக்குத்திக் கஞ்சி காச்சிக்கிட்டிருக்கேன். அதுங்களுக்குக் குடுத்திட்டு... அப்படியே ஒரு வாய் நானும் ஊத்திக்கிடணும்'' என்று தொடர்ச்சியாக

அடுக்கிக் கொண்டே போனாள் கிழவி.

பொங்கி வந்த சிரிப்பைப் பண்டாரத்தால் அடக்கிக்கொள்ள முடியவில்லை. கைகளால் இடுப்பைப் பிடித்துக் கொண்டபடி, ரொம்ப நேரத்திற்குச் சிரித்துக் கொண்டிருந்தான் அவன்.

கதை சொன்னவர்: எம்.ஏ. சுசீலா,
தமிழ்த்துறை, பாத்திமா கல்லூரி, மதுரை.

64

அண்ணன்மார்கள் கதை

ஒரு ஊரில் ஏழு அண்ணன்மார்கள். அவர்களுக்கு ஒரு செல்லத்தங்கச்சி. தங்கச்சி மீது அண்ணன்மார்களுக்குப் பிரியம். அம்மா, அப்பா இல்லாததால் அன்புடன் வளர்த்தனர். தங்கச்சியும் அண்ணன்மார்கள் மீது பிரியமாக இருந்தாள். மிகவும் நேர்மையாகவும் அன்பாகவும் எல்லோரிடமும் பழகினாள். இது அவளின் அண்ணிமார்களுக்குப் பிடிக்கவில்லை. அவளைக் கொடுமைப்படுத்தினார்கள். அவளை நல்ல

இடத்தில் திருமணம் செய்து கொடுக்க வேண்டும் என்று அண்ணன்மார்கள் விரும்பினர். அதனால் வெளியூர் சென்று சம்பாதிக்கச் செல்கிறார்கள்.

அண்ணன்மார்கள் வெளியூர் சென்றதும் அண்ணனின் மனைவிமார்கள் தாங்கள் குளித்துவிட்டு போடும் துணிகளை எல்லாம் துவைத்து வரும்படி தங்கச்சியிடம் சொன்னார்கள். உடனே இவள் துணிகளை எல்லாம் அள்ளிக்கொண்டு குளத்துக்குச் சென்றாள். துணி அதிகமாக மலைபோல் குவிந்து கிடக்கிறது. அவள் என்ன செய்வது என்று தெரியாமல் விழித்தாள். இவளின் நல்ல மனதுக்கு குளத்தங்கரையில் இருந்த கொக்கு, குருவி போன்ற பறவைகள் உதவி செய்ய முன் வந்தன. இவளுக்குச் சேலையைத் துவைத்து, காயப்போட்டு மடித்துக் கொடுத்தன. இவள் வீட்டிற்குக் கொண்டு வந்து துணியைக் கொடுத்தாள். பின்பு ஓட்டை அண்டாவை எடுத்துக் கொடுத்து நெல் அவிக்கச் சொன்னார்கள்.

அதில் தண்ணீர் எடுத்து ஊற்ற ஓட்டக் குடத்தையும் கொடுத்தார்கள். அண்டாவில் தண்ணியை ஊற்றியதும் ஒழுகிக்கொண்டே இருந்தது. இவளின் நல்ல மனதுக்கு குளத்தங் கரையில் இருந்த கொக்கு குருவி போன்ற பறவைகள் உதவி செய்ய முன் வந்தன. "அன்புடையவள். அன்புடையவள் வாடலாமா. வாருங்கள் தோழியரே உதவுங்கள்" என்று வேண்டவும் நல்ல குடமாகவும், அண்டாவாகவும் மாறிவிட்டன. பின்பு நெல்லைக் காயப் போட்டு அள்ளிக் கொடுத்துவிட்டாள். அண்ணிமார்கள் ஆச்சரியப்பட்டார்கள்.

அண்ணிகள் தங்களுடைய வீட்டை பன்னீர், சந்தனம் தெளித்துக் கழுவ, இவள் தன்னுடைய வீட்டைச் சாணம் போட்டு மெழுகுவாள்.

அப்பொழுது இவர்கள் 'நாற்றம் அடிக்கிறது' என்று ஏளனம் செய்வார்கள். எவ்வளவு வேலை செய்தாலும் வயிறு நிரம்ப சோறு கொடுக்கமாட்டார்கள். கெண்டியையும், தண்ணியையும் சாப்பிடச் சொல்வார்கள். உடனே இவள் "நான் அன்புடையவள், அன்புடையவள் வாடலாமா? வாருங்கள் தோழியரே உதவுங்கள்" என்பாள்.

அப்போது இவள் வயிறு நிறைந்து விடுகிறது. அதனால் பசி பறந்துவிடுகிறது. அண்ணிமார்கள் இவளைப் பார்த்து ஆச்சரியப்படுகிறார்கள். எப்படி பசி இல்லாமல் இருக்கிறாள். இவள் வயிறு புடைத்து இருக்கிறது. இதை வைத்து ஒரு சூழ்ச்சி செய்ய முயன்றார்கள்.

"நீ தப்பாக நடந்துவிட்டாய்" என்று கூறினார்கள்.

இரவு படுக்கும் பொழுது இவளை குலுக்கைக்குள் விட்டு, மீன் கழுவிய தண்ணியை தலையில் ஊற்றினார்கள். அதோடு பூனையையும் குலுக்கைக்குள் பிடித்துப் போட்டார்கள். அது பிராண்டிவிட்டது. இவள் வேதனை தாங்காமல் துடித்தாள். இதைப் பார்த்து அண்ணிமார்கள் சிரித்தார்கள். இனி உன்னை எவன் கட்டுவான் என்று நகைத்தனர்.

அடுத்த நாள் அண்ணன்மார்கள் வந்தனர். "தங்கச்சிக்கு முத்தெடுக்க ஏழு அண்ணன்மார்களும் சென்றீர்களே. இவள் செய்த அநியாயத்தைப் பார்த்தீர்களா, நடத்தை கெட்டுப்போய் விட்டாள்" என்று பொய் கூறினர்.

அண்ணன்களுக்குக் கோபம், ஆத்திரம், கோபம். "கண்ணுக்குத் தெரியாத இடத்தில் கொண்டு போய் வெட்டிப் போட்டு விடவேண்டும்" என்று கூறினார்கள்.

இளைய அண்ணன் கையில் அரிவாளை வாங்கிக்கொண்டு நான் வெட்டிப் போட்டுவிட்டு வருகிறேன் என்று கூறி இவளைக் குதிரையில் ஏற்றிக்கொண்டு போனான். இவள், அண்ணனிடம் தூக்கம் வருகிறது என்றதும், இவளை ஒரு காட்டுப்பக்கம் இறக்கி தன்னுடைய தொடையில் படுத்துத் தூங்கு என்று தட்டிக் கொடுக்கிறான்.

தங்கையைக் கொல்ல அவனுக்கு மனமில்லை. இவள் தூங்கியதும் தலைக்கு அடியில் மண்ணைப்போட்டுக் குவித்துவிடுகிறான். தன்னுடைய தொடையை அறுத்து இரத்தத்தை அரிவாளில் வைத்துத் தடவினான். வீடு வந்து நான் தங்கையைக் கொன்றுவிட்டேன் என்று அண்ணன்மார்களிடம் கூறினான். தங்கை விடியற்காலை எழுந்தாள்.

அண்ணனையும், குதிரையையும் காணாது அழுதாள்.

அப்பொழுது அவ்வழியாக ஒரு ராஜா வேட்டைக்கு வந்தார். இவள் அழுததும் என்ன என்று கேட்கப் பதில் சொல்லவில்லை. உடனே ராஜா அவளைத் தன்னுடைய ஊருக்கு அழைத்துச் சென்றான். ராஜாவின் அப்பா இவள் அழகையும், குணத்தையும் பார்த்துத் தன்னுடைய மகனுக்குக் கட்டி வைத்தார். ராஜா மகனுக்குக் கட்டியதும் ஒரு குழந்தை பிறந்தது. அந்த குழந்தைக்குப் பிறந்தநாள் கொண்டாட வேண்டும் என்றார் ராஜா, ஊர் கோலாகலமாக இருந்தது. அப்போது அண்ணன்மார்களும், அண்ணிமார் அரண்மனைக்கு விறகுக்கட்டு கொண்டு வருகிறார்கள். இவள் வேலைக்காரனைக் கூப்பிடுகிறார். அவர்களை விறகுக் கட்டுகளைப் போட்டுவிட்டுச் சாப்பிட்டுப் போகச் சொல்கிறாள். அந்த நேரம் இவள் குழந்தை அழுகிறது.

இவள் தொட்டில் ஆட்டச் சென்றாள். ஆட்டும் பொழுது "நான் ராஜாதி ராஜன் மகளப்பா... எங்கள் அண்ணன்மார் ஏழு பேரு முடிக்கு ஓர் முத்து எடுக்க வெளியூர் சென்றார்கள். நிறைய பொருள் கொண்டு வந்தார்கள். என் அண்ணிமார்கள்

என்னை இல்லாததும் பொல்லாததும் சொல்லிக் கொடுமைப்படுத்தினார்கள். அண்ணன்மாரும் என்னைக் காட்டில் கொண்டு வெட்டிப் போட்டு விடச் சொன்னார்கள். இளைய அண்ணன் என்னை காட்டில் கொண்டு வெட்டாது என்னை தூங்க வைத்துச் சென்றான். விழித்துப் பார்த்ததும் அவனைக் காணவில்லை. மார் அளவு கண்ணீர் மடியிலே சிந்தினேன். அந்நேரம் வந்து உன் அப்பா என்னை தற்காத்துக் கொண்டார்கள். என் கதையெல்லாம் சொல்கிறேன் இது நடந்த கதை-

“பட்டறையும் கட்டி பவுசாய் இருக்கையிலே
பட்டறை கொள்ளையிட பகவானுக்கு என்ன செய்தேன்
எட்டறையும் கெட்டி ஏழைக்கு விடுங்காலம்
எட்டறை கொள்ளையிட யாருக்கு என்ன செய்தேன்”

இவ்வாறு தாலாட்டிக் கொண்டே தன் கதையைச் சொல்லி முடித்தாள்.

அண்ணன்மார் காதில் இவள் கூறியது விழுந்ததும் சாப்பிட்டுக் கொண்டிருந்த அண்ணன்மார் ஏழு பேரும் சாப்பிடவில்லை. அப்படியே எழுந்துகொண்டனர். அண்ணிமார்கள் வெட்கித் தலைகுனிந்தனர்.

கதை சொன்னவர்: டாக்டர் சு. பாலசுப்பிரமணியன்

65

நிலவே நீ சாட்சி!

சோலையூர் கிராமத்தில் கோலப்பன், வேலப்பன் என்று இரு அண்ணன் தம்பி இருந்தனர். அண்ணன் கோலப்பன் கடுமையான உழைப்பாளி. அப்பா வைத்து விட்டுச் சென்ற இரண்டு ஏக்கர் புஞ்சை நிலத்தில் கத்தரி, வெண்டை, மிளகாய், தக்காளி போன்ற காய்கறிகளைப் பயிரிட்டான். பயிரிட்டு அவைகளை அக்கம் பக்கம் கிராமங்களில் தலைச் சுமையாக சுமந்து கூவி விற்றான். அந்த வருமானத்தில் தனது குடும்பத்தையும் கூடவே தம்பி குடும்பத்தையும் காப்பாற்றி வந்தான்.

கோலப்பனுக்கு இரண்டு ஆண் பிள்ளைகள். கோலப்பனின் மனைவி அலமேலு கணவனுடைய விவசாய வேலைகளில் கணவனுக்கு ஈடாக இரவு பகல் பாராமல் கடுமையாக உழைத்தாள்.

தம்பி வேலப்பன் உழைக்க உடல் வளையாதவன். வேலப்பனின் மனைவி கோமதியும் முழுச் சோம்பேறி. வரிசையாக மூன்று பெண் குழந்தைகள். கணவன், மனைவி இருவருக்குமே உழைக்க வேண்டும், உழைப்பில் பிழைக்க வேண்டும் என்ற எண்ணம் வரவில்லை. கோலப்பன் உழைத்துச் சம்பாதித்துக் கொண்டுவந்து தருகிற பணத்தில், அவர்கள் கூச்சமில்லாமல் சாப்பிட்டு வெட்டி வீண் பேச்சுக்களில் பொழுதைக் கழித்துக் கொண்டிருந்தனர்.

வேலப்பனின் பெரும்பாலான பொழுது ஊரின் காடுகரை மறைவுகளில் நடக்கும் சீட்டுக்கச்சேரிகளில் கழிந்து கொண்டிருந்தது.

தம்பியும், தம்பி மனைவியும் திருந்துவார்கள் என்னும் நம்பிக்கையில் கோலப்பனும், அலமேலுவும் சலியாமல் உழைத்தனர். குருவி, கட்டுக்குப் புல் - பூண்டுகளைச் சேர்ப்பதுபோல் சிறுகச் சிறுக பணம் சேர்த்து ஊரில் பெரிய ஏரிக்கரையின் கீழ் ஒரு ஏக்கர் நிலத்தை முதலில் சொந்தமாக வாங்கினர்.

இரண்டு ஏக்கர் புஞ்சை வருமானத்திலேயே சிரமமின்றி சிக்கனமாக குடும்பம் நடத்த முடிந்ததில் முப்போகம் விளையும் ஏரி நிலத்தின் வருமானம் அவர்களுக்கு தாராளமானது. மிச்சமானது.

மூன்று வருடங்கள் ஓடின. ஊரே ஆச்சரியப்படும்படி அவர்கள் ஒரு ஏக்கர், இரண்டு ஏக்கர் என்று பத்து ஏக்கர் நஞ்சைக்கு சொந்தக்காரர்களானார்கள். நாட்கள் ஆக ஆக சீட்டிலும், குடியிலும் பொழுதை வீணடித்துக் கொண்டிருந்த வேலப்பனுக்கு, அண்ணன் தனக்குச் சொத்தில் பங்கு கொடுக்கமாட்டான் என்கிற சந்தேகம் ஏற்பட்டது. வேலப் பனின் சந்தேகத்தை நியாயப் படுத்துகிற வகையில் கோலப்பனும் வேலப்பனை மென்மையாகக் கண்டித்தான்.

“வேலப்பா, குந்தித்தின்னா குன்றும் கரையும். பொழுதுக்கு சீட்டும், குடியுமா இருந்தா பொழைக்கறது எப்படி? வரிசையா மூணு பொட்டப் புள்ளைங்களை வச்சிருக்கற. எல்லாத்தையும் கரையேத்தணும். எல்லாரும் நல்லாருக்கணும். முன்ன மாதிரி என்னால் - அண்ணியால வேலை செய்ய முடியல. ஓய்வு சாய்வா கழனி, கொல்லைப் பக்கம் வா. வந்து உன்னால முடிஞ்சு வேலையைச் செய்” என்று அவன் தம்பிக்கு அடிக்கடி அறிவுரை சொல்ல ஆரம்பித்தான்.

வேலப்பனும் அவன் மனைவியும் திருந்த வேண்டும் என்னும் எண்ணத்தில் அலமேலுவும் தன் வயிற்றுப் பெண் களாய் பாராட்டிச் சீராட்டிய வேலப்பனின் பெண்களிடம் “உழைக்காமலே உட்கார்ந்து சாப்பிட்றதுன்னு தீர்மானிச் சிட்டாங்களா உங்க அப்பாவும் அம்மாவும்? ம்.. உருப்பட்ட மாதிரிதான்” என்று எரிந்து விழுந்தாள்.

அண்ணன், அண்ணியின் திடீர் மாற்றத்தைக் கண்டு அதிர்ச்சி ஏற்பட்டது. வேலப்பனும், கோமதியும் மனம் குழம்பிப் போனார்கள். மனைவி முன்பு போல் மகிழ்ச்சியாக இல்லாமல் இருப்பதற்கு காரணம் அண்ணன், அண்ணி தான் என்று தீர்மானித்தான் வேலப்பன். அண்ணிமேல் ஆத்திரப்பட்டான்.

ஒவ்வொரு வருடமும் அருகிலிருக்கும் கடலில் சித்திரைப் பௌர்ணமி நாளில் நிலவு உதயமாகும் நேரத்தில் முழுக்குப் போட்டு வருவது கோலப்பனின் தவறாத பழக்கம்.

பழக்கத்தினடிப்படையில் அந்த வருடத்து சித்திரைப் பௌர்ணமி நாளில் மனைவி, மகன்களிடம் சொல்லிவிட்டு அவன் கடலுக்கு நீராடச் சென்றான். உற்சாகமாகக் குளிக்கும் ஏராளமான ஜனங்களோடு நீண்ட நேரம் குளித்தவன் இரண்டு மணி பின்னிரவில் வீட்டுக்கு வந்தான். நன்றாக உறங்கிக் கொண்டிருந்த மனைவி, மகன்களின் உறக்கத்தைக் கலைக்க விருப்பமில்லாமல் உழவு முடிந்து நாற்று நடக் காத்திருக்கும் ஏரி நிலங்களுக்கு நீர்பாய்ச்சலாம் என்று ஓசை செய்யாமல் உடனே புறப்பட்டான்.

இரவு இரண்டு மணிக்கு வீட்டுக்கு வந்த அண்ணன் யாரும் அறியாதவாறு கழனிக்குப் புறப்படுவதைப் பார்த்த வேலப்பன்

ஒரு விபரீதத் திட்டத்துடன் கோலப்பனுக்கு முன்னதாக குறுக்கு வழியில் ஓடி ஏரி வாய்க்கால் நீரைக் கழனியின் தலைமடையில் திருப்பி வைத்தான்.

கழனிக்கு வந்த கோலப்பனுக்கு தம்பி பொறுப்பாக தண்ணீர் பாய்ச்சிக் கொண்டிருப்பதைப் பார்த்ததும் அளவில் லாத மகிழ்ச்சி ஏற்பட்டது. 'தம்பி திருந்திவிட்டான். இனி விவசாய வேலைகளில் உதவுவான். 'குடும்பம் ஈடேறி விடும்' என்னும் நம்பிக்கையுடன் "தம்பி, தூக்கம் கண்ண அசத்துது. நான் கொஞ்ச நேரம் இப்படி வரப்புல படுக்கறேன். கவனமா தண்ணிய திருப்பு. உனக்குத் தூக்கம் வர்ற மாதிரி இருந்தா என்னை எழுப்பு" என்று சொல்லி நீட்டி நெடுஞ்சாண் கிடையாக வரப்பில் படுத்து, படுத்த சீக்கிரத்தில் உரத்த சத்தத்துடன் குறட்டைவிட்டான்.

"அண்ணனைத் தீர்த்துவிட்டால் சொத்து முழுவதும் தன் வசம் வந்துவிடும். பிறகு அண்ணியையும் அவள் பிள்ளைகளையும் சமாளித்துக் கொள்ளலாம்" என்னும் பேராசையில் வேலப்பன்

கொடூரமாகத் திட்டமிட்டான். மடை அருகில் இருந்த மண்வெட்டி, கடப்பாரையால் அயர்ந்து உறங்கிக் கொண்டிருந்த அண்ணன் தலையில் ஓங்கி ஒரு போடுபோட்டான். என்ன நடக்கிறது என்று உணர்வதற்குள் கோலப்பனின் உயிர் போய்விட்டது. உயிரை விடுவதற்கு முன் கடப்பாரையால் தன்னை ஓங்கி அடிக்கும் தம்பியையும் வானில் சுடர்விட்டுப் பிரகாசித்துக் கொண்டிருந்த நிலவையும் மாறிமாறிப் பார்த்த அவன் ஒரே ஒரு வாக்கியத்தைச் சொன்னான்.

“நிலவே... நீதான் சாட்சி!”

அண்ணனின் உயிர்போன அடுத்த நிமிடத்தில் வேலப்பன் மிகவும் சுறுசுறுப்பாக செயல்பட்டான். கடப்பாரை, மண்வெட்டி கொண்டு தலைமடை அருகில் - உழவாகியிருந்த நிலத்தில் ஆழம், அகலமானதாக ஒரு குழியைத் தோண்டினான். இறந்து விட்ட அண்ணனை குழியினுள் நீட்டிப் படுக்கைவைத்துப் பார்த்தால் சந்தேகம் வராதபடி மூடினான். பிறகு ஏரி வாய்க்கால் நீரைச் சாதாரணமாக நிலத்தில் பாய்வதாக - அண்ணனைப் புதைத்த குழியின்மேல் பாய்வதுபோல் திருப்பிவிட்டு விடிவதற்கு முன்னதாகவே யாரும் பார்க்காதவாறு வீடு வந்து சேர்ந்தான்.

கடலில் குளிக்கப் போனவன் வீடு திரும்பாததில் கலவரப்பட்ட அலமேலு தேடிப் பார்த்துச் சலித்து கணவன் கடலில் மூழ்கி விட்டதாக முடிவு செய்தாள். ஊராரும் கோலப்பன் கடலில் மூழ்கி சுறா, திமிங்கிலங்களுக்கு இரையாகிவிட்டதாகவே தீர்மானித்தனர். அலமேலு உட்பட யாரும் வேலப்பன் மீது துளியும் சந்தேகப்படவில்லை.

அலமேலு மைத்துனன் வேலப்பனிடம் கண்ணீர் வடித்தாள். மொத்த நிலத்தையும் பொறுப்பாகக் கவனித்து விவசாயம் செய்து தன்னையும் தன் மகன்களையும் காப்பாற்ற வேண்டும் என்று வாக்குறுதி கேட்டாள்.

நினைத்தது நிறைவேறிய மகிழ்ச்சியில் வேலப்பனுக்குத் தலை கால் புரியவில்லை. அவன் மகிழ்ச்சியை மறைத்து “புள்ளைங்கள், நிலம், நீர் நான் பார்த்துக்கறேன் அண்ணி. நீங்க எதுக்கும், எதப்பத்தியும் கவலைப்படாதீங்க” என்று ஆறுதல்

சொல்லி அண்ணிமேல், அண்ணி பிள்ளைகள் மேல் மிகவும் அக்கறை கொண்டவன் போல் நடித்தான்.

சொத்து முழுவதும் தன் பராமரிப்பில் வந்துவிட்ட பிறகு கோலப்பன் கொலையுண்டதற்கு அடுத்து வந்த சித்திரைப் பௌர்ணமி தினத்தில், உணவு முடிந்து கட்டிலில் அமர்ந்து வேலப்பன் காற்றாட வெற்றிலை போட்டுக் கொண்டிருந்தான். அருகில் அவனது நான்கு வயது இரண்டாவது மகள் - உறங்குவதுபோல் கண்களை மூடி உறங்காமலிருந்தது. முழு நிலவின் பிரகாசத்தைக் கவனித்த வேலப்பனுக்கு கோலப்பன் சாவதற்கு முன் கடைசியாக சொன்ன “நிலவே, நீதான் சாட்சி!” என்ற வாக்கியம் நினைவுக்கு வந்ததும். அவன் குழந்தை தூங்கிக் கொண்டிருக்கிறது என்னும் நம்பிக்கையில் “கோலப்பா, சாகறதுக்கு முன்ன நிலவே நீதான் சாட்சின்னு சொன்னியே! முட்டாளே! நிலவு சாட்சி சொல்லுமாடா? நிலவு சாட்சி சொல்லாதுடா. தலைமடை முன்ன தலைவச்சி மடங்கிக் கிடக்கணுங்றது உன் தலைவிதிடா. ம்... பாவம்டா நீ!” என்று தன் நிலை மறந்து மனக் கிளர்ச்சியுற்றவனாக முணுமுணுத்தான்.

பெரியப்பனைக் கொன்றது தன் தகப்பன்தான் என்பதைத் தகப்பன் வாயாலேயே கேட்ட குழந்தை தன்னைவிட ஒரு வயது பெரிய ஆண் குழந்தை ஒன்றிடம் விளையாட்டாகச் சொல்லிற்று. அந்தக் குழந்தை ‘அதை’ தன் தாயிடம் ஒன்றும் அறியாததாக உளறிற்று. கூடிய சீக்கிரமே விஷயம் அலமேலுவின் காதுகளுக்கு எட்டியது. அலமேலு உடனடியாக பஞ்சாயத்தைக் கூட்டினாள். நீதி கேட்டாள். பஞ்சாயத்தார் வேலப்பனின் இரண்டாம் பெண்ணிடம் ஆரம்பித்து நிறையப் பேரிடம் தீர விசாரித்தனர். விசாரணையின் முடிவில் கோலப்பனின் எலும்புக் கூட்டை ஊரே பதற அவனது கழனியின் தலைமடையிலிருந்து தோண்டியெடுத்தனர்.

வேலப்பனுக்குத் தண்டனை உறுதியாயிற்று.

கோலப்பனின் அநியாயக் கொலையில் நிலவு நிச்சயமான சாட்சி ஆனது. அது நீதி நிலைக்கத் தவறாமல் சாட்சி சொன்னது.

கதை சொன்னவர்: ப. ஜீவகாருண்யன், நெய்வேலி.

66

எலி தின்ற இரும்பும் பருந்து தூக்கிய குழந்தையும்

ஒரு ஊரில் ஓர் இரும்பு வியாபாரி இருந்தான். அவனுக்குத் திடீரென தேசாந்திரம் போய், புண்ணிய கோவில்களைப் பார்த்து வரவேண்டும் என்று ஆசை. கைவசம் இருந்த இரும்பை உடனடியாக விற்பனை செய்ய முடியவில்லை. தனது நண்பனிடம் சென்றான்.

"நண்பா! நான் என் குடும்பத்தாருடன் பல புண்ணியத் தலங்களுக்கு செல்லப் போகிறேன். என்னிடம் பத்துப் பாரம் இரும்பு உள்ளது. அதை உடனடியாக விற்பனை செய்ய முடியாது. அதை உனது வீட்டுப் பின்பக்கம் தோட்டத்தில் போட்டு வைக்கிறேன். திரும்பி வந்ததும் எடுத்துக்கொள்கிறேன்" என்றான்.

"அதற்கென்ன! தாராளமாக உன்னிடம் உள்ள இரும்பை என் வீட்டுக் கொல்லைப் புறத்தில் போட்டுவை. நான் என்ன அதற்கு சாப்பாடா போடப்போகிறேன். நீ எப்போது வந்தாலும் திரும்ப எடுத்துக்கொள்ளலாம்" என்றான் அந்த நண்பன்.

இரும்பு வியாபாரி தன்னிடமிருந்த இரும்பு முழுவதையும் நண்பன் கருப்பையா வீட்டில் கொண்டுவந்து போட்டான். தலயாத்திரை கிளம்பினான்.

இரும்பு வியாபாரி ஊரைவிட்டுப் போனதும், அந்த இரும்பை நல்ல விலைக்கு விற்றுவிட்டான் அந்த நண்பன்.

பல மாதங்கள் கழிந்தன. இரும்பு வியாபாரி தல யாத்திரை முடித்து ஊர் வந்து சேர்ந்தான். மறுநாள் தன் நண்பனிடம் சென்று "நண்பா! நான் உன்னிடம் ஒப்படைத்து விட்டுப் போன இரும்பைத் திரும்பக் கொடுத்தால் எடுத்துப் போகிறேன்" என்றான்.

அதற்கு அந்த நண்பன் "இரும்பா? அதை எலி தின்றுவிட்டதே" என்றான்.

விதண்டாவாதமாகப் பேசுகிற இவனிடம் நியாயம் பேசிப் பயனில்லை என்று உணர்ந்த இரும்பு வியாபாரி நேராக ஊர் பெரியவரிடம் சென்றான். நண்பன் தன்னை ஏமாற்றியதுடன் அடாவடியாகவும் பேசுவதைத் தெரிவித்தான்.

முழுக்கதையும் கேட்ட பெரியவர் இரும்பு வியாபாரியிடம் "முள்ளை முள்ளால்தான் எடுக்க வேண்டும். எனவே நான் சொல்கிறபடி செய். உன் நண்பன் என்னிடம் வருவான். நான் பார்த்துக்கொள்கிறேன்" என்று கூறி இரும்பு வியாபாரியிடம் காதில் ஏதோ ரகசியம் சொல்லி அனுப்பினார் ஊர் பெரியவர்.

மறுநாள் இரும்பு வியாபாரி அந்த நண்பனின் வீட்டுக்குச் சென்றான். அவனைப் பார்த்த நண்பன், இவன் இரும்பு விசயமாகத்தான் வந்திருப்பான் போலிருக்கிறது என எண்ணினான்.

ஆனால் வியாபாரி "நண்பா! நான் இரும்பு விசயமாக வரவில்லை. அது பழைய இரும்பு தானே! அதை யார் என்ன செய்யப் போகிறார்கள்? அதை யாரும் வாங்கவும் மாட்டார்கள். அது போனதே நல்லதுதான்' என்று கூறினான்.

இவ்வாறு வியாபாரி கூறியதும் நண்பன் மகிழ்ச்சியடைந்தான். மேலும் அவனிடம் "நீ சொல்வது முழுவதும் உண்மை" என்றும் கூறினான்.

இவ்வாறு பேசிக்கொண்டிருக்கும் போதே இரும்பு வியாபாரி, "நண்பா! நேற்று உன் மகனை என் மனைவி பார்த்திருக்கிறாள். ஜாடையில் தன் தம்பி மகனைப் போலவே இருப்பதாகக் கூறினாள். மேலும் தம்பி மகன் மீது அவளுக்கு பிரியம் அதிகம். எனவே உன் மகனைத் தன்னுடன் இரண்டு நாள் வைத்திருந்து அவன் ஆசைப்படுவதை வாங்கித் தர விரும்புகிறாள். அதற்காகத் தான், நான் வந்தேன்" என்றான்.

நண்பனும் "நீ இவ்வளவு பிரியமாகக் கூப்பிடும்போது எப்படி என்னால் மறுக்க முடியும்? இரண்டு நாள் வைத்திருந்து பின்னர் என் மகனைக் கொண்டு வந்து என்னிடம் விட்டு விடு" என்று கூறி மகனை இரும்பு வியாபாரியுடன் அனுப்பி வைத்தான்.

இரண்டு நாட்கள் ஆயிற்று. இரும்பு வியாபாரி நண்பனின் மகனைக் கொண்டு வந்து ஒப்படைக்கவில்லை. நான்கைந்து நாட்கள் ஆகியும் வரவில்லை.

நண்பனுக்குச் சந்தேகம். இரும்பு வியாபாரியான முத்தப்பன் வீட்டிற்குப் போனான் "எங்கே என் மகன்?" என்று கேட்டான்.

அதற்கு இரும்பு வியாபாரி "நான் என்னவென்று சொல்லுவேன்? என் வீட்டுக்கு கூட்டி வரும் வழியில் ஒரு பெரிய பருந்து வந்து தூக்கிச் சென்றுவிட்டது" என்று கூறி அழுதான்.

"குழந்தையைப் பருந்து தூக்குதா? என்ன கதை இது? உன்னை சும்மா விட்டேனா பார்?" என்று ஆவேசமாகக் கூச்சலிட்டான். நேரே ஊர் பெரியவரிடம் சென்று விசயத்தைக் கூறினான்.

ஊர் பெரியவரோ "நான் இரும்பு வியாபாரியை வரவழைக்கிறேன். விசாரிக்கலாம்" என்று கூறி இரும்பு வியாபாரியை அழைக்க ஆள் அனுப்பினார்.

சற்று நேரத்தில் இரும்பு வியாபாரி வந்தான்.

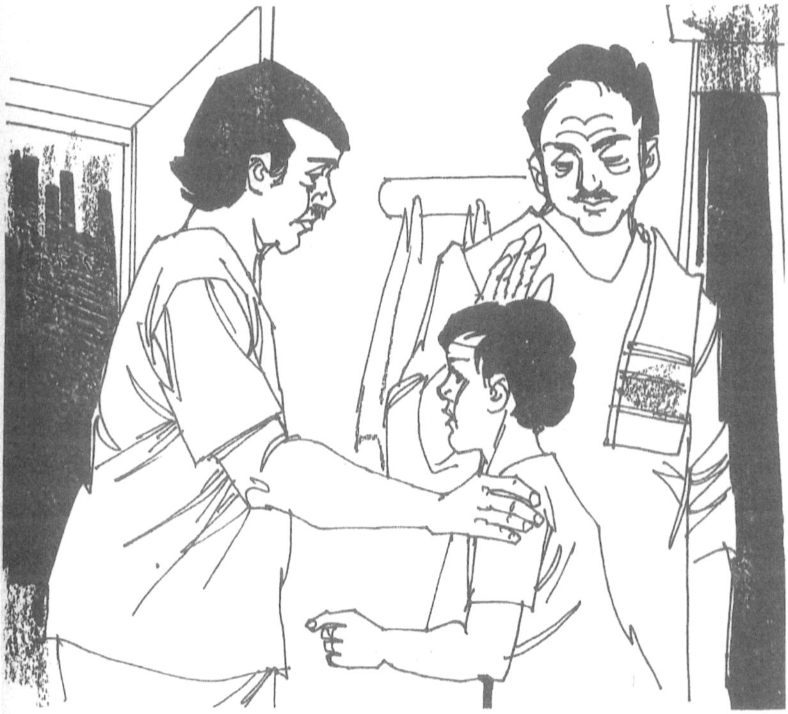

“இவருடைய குழந்தையை பருந்து தூக்கிச் சென்றதாகக் கூறினீராமே! இம்மாதிரி அதிசயம் எங்காவது நடக்குமா?” என்று கேட்டார் பெரியவர்.

“ஏன் நடக்காது? இரும்பை எலி தின்னும் உலகில் எதுவும் நடக்கத்தான் செய்யும்” என்றான் இரும்பு வியாபாரி.

“எனக்கு ஒன்றும் புரியவில்லையே! இரும்பையாவது, எலி தின்பதாவது” என்று ஒன்றும் அறியாதவர் போல் கேட்டார் பெரியவர். அந்த நண்பனுக்கு விசயம் புரிந்துவிட்டது. உண்மை புரிந்தது.

உடனே “ஐயா, என்னை மன்னித்து விடுங்கள். நான் தான் இவரை ஏமாற்றிவிட்டேன். இவருடைய இரும்பு விற்ற பணத்தைக் கொடுத்து விடுகிறேன். எனது மகனைக் கொடுத்துவிடச் சொல்லுங்கள்” என்றான்.

“அப்படி வா, வழிக்கு” என்று கூறிய பெரியவர், இரும்பு விற்ற பணத்துடன் அபராதமாக மேலும் ஐம்பது பணம் சேர்த்து இரும்பு வியாபாரிக்கு வாங்கிக் கொடுத்தார். பின்பு அவனிடமிருந்து குழந்தையை வாங்கி நண்பனிடம் கொடுத்தார்.

கதை சொன்னவர்: டாக்டர் சு. பாலசுப்பிரமணியன்

67

கிடா உபதேசம்

சிங்கபுரி நாட்டின் அரசன் சேதுபதி, அரசி தேவிகா இருவருமே அரண்மனையின் உப்பரிகையில் இருந்தனர். அன்று முழுநிலவு நாள். நிலவு பால்போல் பிரகாசித்துக் கொண்டிருந்தது. தென்றல் சீதளக் குளிர்ச்சியுடன் வீசிக் கொண்டிருந்தது.

திருமணம் முடிந்து சில நாட்களே ஆனதால் முன்னிரவில் மாடிக்கு வந்த அரசன் - அரசி மனங்களில் இயற்கையின் அந்த இனிய சூழலில் உற்சாகம் பொங்கியது.

இருவரும் உணவுப் பண்டங்களைச் சுவைத்துச் சாப்பிட்டனர்.

அரசன், அரசி சாப்பிட்டதில் தவறி விழுந்ததைச் சுவைத்த சிற்றெறும்பு ஒன்று அரசன், அரசி கட்டிலருகில் பலகாரங்கள் இருக்கும் தகவலை உடனடியாக தன் கூட்டத்திடம் சொல்லிற்று. தலைவன் முன் நடக்க ஒன்றன் பின் ஒன்றாக வரிசையாக நடந்த எறும்புகளில் ஒன்று தலைவனிடம் "தலைவரே, பலகாரங்கள் சாப்பிட அரசன் அரசி இருக்கிற கட்டிலச் சுத்திட்டுத்தாம் போகணுமா?" என்று ஆவலுடன் சந்தேகம் கேட்டது.

முனிவர் ஒருவரிடம் பெற்ற பயிற்சியின் மூலம் மனிதர்களின் மொழிகளை மட்டுமன்றி ஊர்வன, பறப்பன, நீந்துவன, நடப்பன என அனைத்து ஜீவராசிகளின் பாஷைகளையும் அறிந்திருந்தான் அரசன்.

சிற்றெறும்பின் சந்தேகத்துக்கு எறும்புத் தலைவன் சொன்ன பதிலைக் கேட்டு அதிர்ச்சியடைந்தான். "சுத்திட்டு ஏன் போகணும்? அரசன், அரசிய கட்டிலோட தூக்கித் தூர எறிஞ்சிட்டு நேராத் தாம் போகணும்" என்றது தலைவன் எறும்பு.

அதன் - ஆணவப் பதிலில் நெஞ்சம் திடுக்கிட்ட அரசன். பிறகு, எறும்பின் அறியாமைப் பேச்சுக்காக தன்னை, தன் அருகிலிருக்கும் மனைவியை, சூழ்நிலையை மறந்தவனாக வாய் விட்டுச் சிரித்தான்.

தனக்குத்தானே சிரித்துக் கொள்ளும் அரசன் மீது, அரசி தேவிகாவுக்குச் சந்தேகம் ஏற்பட்டது. அரசன், இதற்கு முன் தன்னுடன் பழகிய யாரோ ஒரு பெண்ணை நினைத்துச் சிரிக்கிறான் என்று, அரசனிடம் சிரிப்புக்குக் காரணம் கேட்டாள்.

'ஜீவராசிகளின் பாஷையை நீ மட்டுமே தெரிந்துகொள்ள வேண்டும். இதைச் சொல்லக் கூடாது. மீறிச் சொன்னால் சொன்ன நிமிடத்தில் உன் தலை ஆயிரம் சுக்கலாக வெடித்துச் சிதறும்' என்பது அரசனுக்கு ஜீவராசிகளின் பாஷைகளை சொல்லிக் கொடுத்த முனிவரின் கட்டளை!

முனிவரின் சாபம் அரசனின் நினைவுக்கு வந்தது. அரசி தேவிகாவிடம் "சிரித்ததற்குக் காரணம் ஒன்றுமில்லை. சும்மா

விளையாட்டாகத்தான் சிரித்தேன்'' என்றான். அரசிக்கு சந்தேகம் தீரவில்லை.

நேரம் ஆக ஆக அரசியின் நச்சரிப்பு அதிகம் ஆயிற்று. "காரணம் சொன்னால் தான் உங்களோடு வாழ்வேன். சொல்லவில்லையென்றால் என் தாய் வீட்டிற்கு, பக்கத்து நாட்டிற்கு சென்று விடுவேன்'' என்று பயமுறுத்தி பிடிவாதம் செய்தாள் அரசி.

அரசியின் அழகில் மயங்கி, ஆசைப்பட்டு அவளை மணந்த அரசன் பொழுது விடிந்த பிறகும் அரசியின் வற்புறுத்தல் ஓயாததைப் புரிந்து 'சிரிப்புக்கான காரணத்தைச் சொன்னால் தன் தலை ஆயிரம் சுக்கலாக வெடித்துவிடும்' என்கிற உண்மையை அரசிக்கு தெளிவுபடுத்தினான். அதன் பிறகும் அரசிக்கு அரசனின் வார்த்தையில் நம்பிக்கை ஏற்படவில்லை.

அரசன் ஒரு முடிவுக்கு வந்தான். உடன் தாமதிக்காமல் மந்திரி, சேனாதிபதி ஆகியோரை அழைத்து நாட்டின் பாதுகாப்பு, அடுத்த அரசனைத் தேர்ந்தெடுப்பது பற்றிய ஆலோசனைகளை வழங்கினான்.

ஆலோசனைகள் முடிந்ததும் பணியாட்களிடம் விறகுகளால் சிதை ஒன்று ஏற்படுத்துமாறு உத்தரவிட்டான். என்ன காரணத்திற்காக என்று தெரிந்துகொள்ளாமலே சிதையைத் தயார் செய்த பணியாட்கள் தங்கள் வேலை முடிந்ததை பணிவுடன் அரசனிடம் அறிவித்தனர்.

அரசன் சிதை தயார் செய்யச் சொன்னதற்கான காரணம் அறிந்த மந்திரி, சேனாதிபதியாலும் சுடுகாட்டை நோக்கிப் பயணம் மேற்கொண்ட அரசனைத் தடுக்க முடியவில்லை. சிதையில் வைத்தும் அரசனிடம் உண்மையை அறிந்துகொள்ளத் துடிக்கும் அரசியைப் பார்க்கப் பார்க்க ஆத்திரமும், எரிச்சலும் அதிகமாயிற்று அவர்களுக்கு.

கண்ணீரும், கம்பலையுமாக சுற்றிலும் ஜனங்கள் சூழ்ந்திருக்க, சிதையில் படுத்தபடி அரசியிடம், நேற்றைய பௌர்ணமி இரவில் தான் சிரித்ததற்கான காரணத்தைச் சொல்லிவிட நினைத்தான். அப்போது அரசனின் காதுகளில் சுடுகாட்டுக்குப் பக்கத்திலிருந்து காற்றின் வேகத்தில் இரு ஆட்டின் குரல்கள் தெளிவாக விழுந்தன.

சுடுகாட்டுக்கு மிக அருகில், சேறும் சகதியுமாக மிகவும் ஆழமாகப் பாழடைந்து கிடக்கும் கிணற்றினருகில் ஓர் செம்மறி ஆட்டு மந்தை உண்டு. மந்தையில் - அழகும், கம்பீரமும் மிக்க கிடா ஒன்றிற்கு, ஒரு பெண் செம்மறி மீது காதல். காதல் கொண்ட கிடா பெண் செம்மறியிடம் தன்னை ஏற்றுக்கொள்ளும்படி கெஞ்சியது. பெண் செம்மறி கிடாவின் காதலுக்கு உடன்பட மறுத்தது. பிறகு ‘நான் உனக்கு சம்மதப்பட வேண்டுமென்றால் நீ எனக்கு இதோ - இந்த கிணற்றினுள்ளே தொங்கிக் கொண்டிருக்கும் நீண்டு வளர்ந்த அறுபது கணு அருகம்புல்லை பறித்துத் தர வேண்டும்’ என்றது.

‘சரி, பெண் செம்மறியின் விருப்பத்துக்குப் புல்லைப் பறித்துத் தரலாம்’ என்று கிணற்றை எட்டிப் பார்த்த கிடாவுக்கு குலை நடுங்கிற்று. ‘புல்லைப் பறித்துத் தருகிறேன்’ என்று தவறி வீழ்ந்தால் அதோடு கிணறே கதி! மீண்டு வெளியில் வர வாய்ப்பே இல்லை! சாவு நிச்சயம்!

புரிந்து கொண்ட கிடா, பெண் செம்மறியிடம் குரலுயர்த்தி உரக்கச் சொன்னது.

“ஏ திமிர் பிடிச்ச ஆடே, இதோ இங்கே பக்கத்து சுடுகாட்ட கொஞ்சம் கவனிச்சிப் பார். அங்க சிதையில் படுத்திருக்கற அரசன் அறிவில்லாதவன். தன்னை ஆசையும், அன்புமா கைப்பிடிச்ச கணவனே போனாலும் பரவாயில்லன்னு, காரணம் தெரிஞ்சிக்க அடம் பிடிச்சு நிக்கற அரசிக்கு அவன் பாடம் சொல்லத் தெரியாதவன். என்னை நீ அந்த ஏமாளி அரசன் மாதிரி நினைக்காத. பாழடைந்த கிணற்றுப் புல்ல பறிச்சிக் கொடுத்து உயிர் துறக்க நான் தயாரில்லை.”

கிடாவின் முழுப் பேச்சையும் சிதையில் படுத்த நிலையிலேயே கூர்ந்து கேட்ட அரசன் தன் அறிவற்ற செயலுக்காக மிகவும்

வெட்கப்பட்டான். கொஞ்சமும் தாமதிக்காமல் சட்டென சிதையிலிருந்து வெளியே குதித்தான். எதிரே, அலட்சியமாக நின்ற அரசியிடம் "மனிதர்க்கு ஆணவம் கூடாது. தேவையற்ற பிடிவாதமும் கூடாது. நல்ல வேளை ஆட்டின் உபதேசத்தைக் கேட்டுத் தப்பித்தேன். இல்லாவிட்டால் செத்திருப்பேன்" என்று மந்திரி சேனாதிபதி, மக்கள் புடைசூழ புதிய அரசனாக அரண்மனைக்குப் புறப்பட்டான்.

கதைசொன்னவர்: ப. ஜீவகாருண்யன். நெய்வேலி.

68

படிப்பு

அந்தப் பண்டிதர் நிறையப் புத்தகங்களைப் படித்த அறிவாளி. அந்த ஊரிலேயே அதிகம் படித்தவர் அவர்தான். அதனால் அவருக்கு ரொம்பக் கர்வமும் அகம்பாவமும் உண்டு. மற்றவர்களிடம் எல்லாம், தான் படித்ததைப் பற்றிப் பெருமையாகச் சொல்லிக்கொள்வார். தன்னைப்போல் படிக்காத மற்றவர்களைக் கேவலமாகவும் பேசுவார்.

ஒருநாள் அவர் ஆற்றைக் கடந்து அக்கரைக்குப் போக வேண்டியிருந்தது. ஆற்றின் கரையில் ஒரு படகு இருந்தது. படகுக் காரனைக் கூப்பிட்டுப் பேசினார் அவர்.

"நான் அக்கரை போகவேண்டும். என்னைக் கொண்டு போய் அங்கே விட்டுவிட்டு. உனக்கு உரிய கூலியைக் கொடுத்துவிடுகிறேன்" என்று சொன்னார் பண்டிதர்.

"சரி, அய்யா!... உங்க ஒருத்தருக்காக அக்கரை போனா, எனக்குக் கூலிப்பணம் குறைவாகத்தான் கிடைக்கும். இன்னும் நாலைஞ்சு பேர் வரட்டும்; அவங்களையும் சேர்த்துக் கூட்டிக்கிட்டுப் படகிலே போகலாம்" என்றான் படகுக்காரன்.

பண்டிதருக்குக் கோபம் வந்துவிட்டது.

"டேய், என்ன சொல்கிறாய்?. யாரோ நாலைஞ்சு பேரோடு சேர்ந்து நானும் செல்வதா? எனக்குச் சமமாகப் படித்தவர்கள் வேறு யார் இங்கே இருக்கிறார்கள்? படகிலே மற்றவர்களோடு நான் சமமாக உட்காரமாட்டேன். நீ என்னை மட்டும் படகில் ஏற்றிச் செல். நாலைஞ்சு பேர் கொடுக்கிற பணத்தை நானே தந்துவிடுகிறேன்..." என்று சொன்னார் பண்டிதர்.

அவரோடு பேசி ஜெயிக்க முடியாது என்று தெரிந்து கொண்டான் படகோட்டி.

"சரி! அய்யா!... படகில் ஏறுங்க... உங்களை அக்கரையில் கொண்டுபோய் எறக்கிவிட்டுறேன்" என்று ஒப்புக்கொண்டான் அவன்.

பண்டிதர் படகில் ஏறிக்கொண்டார். படகை ஓட்டத் தொடங்கினான் படகோட்டி,

ஆற்றில் வேகம் இருந்ததால், படகோட்டி மிகவும் சிரமத்தோடு படகைச் செலுத்தினான். துடுப்பைக் கவனமாக வலித்து ஆற்றின் வேகத்துக்கு ஏற்ப, சிரமப்பட்டுப் படகைச் செலுத்திக் கொண்டிருந்தான்.

அவன் ஆற்றோடும் நீரோட்டத்தோடும் போராடிக் கொண்டே போனான். அப்போது அவனிடம் கேட்டார் பண்டிதர்.

"ஏப்பா, நீ வேதங்களைக் கற்றிருக்கிறாயா?" என்று கேட்டார் அவர்.

அவனைப் பார்த்தாலே, அவன் படிக்காத உழைப்பாளி என்று நன்றாகத் தெரியும். ஆனாலும் திமிர்பிடித்த பண்டிதருக்கு, அவனை மட்டம் தட்ட வேண்டும் என்ற எண்ணம் ஏற்பட்டது.

படகோட்டி, சிரித்தான்:

"என்னய்யா, வேதமாவது கீதமாவது?... எனக்குப் படிப்பு வாசனையே கிடையாது... நாங்கெளெல்லாம் பரம்பரை ஏழைகள். நாங்க பள்ளிக்கூடப் பக்கமே போனதில்லை... இனிமே எங்க சந்ததி படிச்சால்தான் உண்டு. நாங்க வேதப் புத்தகத்தையே பார்த்ததில்லே..." என்று சொன்னான் அவன்.

பண்டிதர் கேலியாகச் சிரித்தார்.

"வேதமே கற்றதில்லையா?... அய்யோ பாவம்! உன் வாழ்க்கையிலே பாதி வீணாகப் போய்விட்டது. போ!..." என்று சொன்னார்.

மேலும் படகு சிறிது தூரம் சென்றது. மறுபடியும் பண்டிதர், படகோட்டியிடம் கேட்டார்:

"ஏன்டா, நீ வேதம் படிக்காவிட்டாலும் பரவாயில்லை; படிப்பதைவிட கேட்பது பெரிய கல்வி என்பார்கள். நீ ராமாயணம், பாரதக் கதைகளை மற்றவர்கள் சொல்லக் கேட்டிருக்கிறாயா?" என்று கேட்டார் அவர்.

படகோட்டி மறுபடியும் சிரித்தான்:

"என்னய்யா, எங்க பக்கத்திலே இருக்கிறவங்க எல்லாம், ராமாயண, பாரதக் கதைகளைச் சொல்றவங்களா? அவங்க வாயிலே வர்றதெல்லாம் கெட்ட வார்த்தைகள் தான்..." என்று சொன்னான் படகோட்டி.

"ராமாயணமும், பாரதமும் கற்றுக்கொள்ளவில்லையா?... அய்யோ பாவம்! உன் வாழ்க்கையிலே இன்னொரு பாதியும் வீணாகிப் போய்விட்டது, போ!" என்று கிண்டலாகச் சிரித்தார் பண்டிதர்.

அவர் சொன்ன பாதி, பாதி வாழ்க்கையைப் பற்றியெல்லாம் படகோட்டி கவலைப்படவில்லை. அவரை பத்திரமாக அக்கரை கொண்டு போய்ச் சேர்க்கவேண்டும் என்ற கவலைதான் அவனுக்கு.

ஆற்றிலே பழைய வேகத்தோடு, திடீரென்று வெள்ளம் பெருக்கெடுத்து வந்துவிட்டது. படகோட்டி எவ்வளவோ போராடியும், படகு அங்கும் இங்கும் தள்ளாடியது. துடுப்பை வைத்து முயற்சி செய்தான். அப்போதும் படகு

நிலைப்படவில்லை. சீக்கிரமே அது கவிழ்ந்துவிடும் என்று அவனுக்குத் தெரிந்தது. படகு கவிழ்ந்துவிட்டால், நீந்தித் தான் கரை சேரவேண்டும்.

படகோட்டி, கவலையோடு பண்டிதரைப் பார்த்தான்:

"அய்யா! நீங்க நீச்சல் அடிக்கக் கத்துக்கிட்டிருக்கீங்களா? ஆத்திலே நீச்சல் அடிக்கத் தெரியுமா?" என்று கேட்டான் அவன்.

பண்டிதர் திடுக்கிட்டுப் போனார். திருதிரு என்று விழித்தார்.

"அய்யோ! நான் நீச்சல் கற்றுக்கொள்ளவில்லையே?" என்று அலறினார் அவர்.

"நீச்சல் கத்துக்கலையா?... அய்யோ பாவம்! உங்க முழு வாழ்க்கையுமே வீணாகிப்போயிட்டுது, போங்க!" என்றான் படகோட்டி.

சிறிது நேரத்தில் படகு கவிழ்ந்துவிட்டது. படகோட்டி ஆற்று வெள்ளத்தில் நீந்திக் கரை சேர்ந்தான்.

பண்டிதர், நீரிலே மூழ்கிப் போனார்...

கதைசொன்னவர்: அய்க்கண்

69

பல நாள் திருடன்...

ஒரு ஊரில் அம்மா, அப்பா. அவர்களுக்கு ஒரு மகன். வாய்த்துடுக்கானவன். ஒருநாள் விறகு வெட்டுவதற்காகக் காட்டிற்குச் சென்றார்கள். செல்லும்போது ஒரு கலயம் நிறையக் கஞ்சி கொண்டு சென்றார்கள்.

கஞ்சிக் கலயத்தை ஒரு மரத்தின் கிளையில் கட்டித் தொங்க விட்டார்கள். மகன் பசியின் காரணமாக ஒரு கல்லை எடுத்து கலையத்தில் எறிந்தான். கஞ்சி ஒழுகுவதற்கு நேரே வாயை வைத்தான். கஞ்சி கடகட என்று சீக்கிரம் ஒழுகி உடம்பு எல்லாம் நனைந்துவிட்டது. தாய் தந்தை இருவரும் தன் மகனின் செயலைப் பார்த்து அதிர்ந்தார்கள். அவன் அப்பா ஒரு பெரிய கம்பைத் தூக்கிக் கொண்டு அவனை அடிக்கக்

கிளம்பினார். அவன் பயந்து ஓடினான். உடனே அவன் பக்கத்தில் ஓடும் ஆற்றில் உடம்பைக் கழுவிக்கொண்டு வந்து தன்னுடைய அப்பாவிடம் "இந்த ஆறு எங்கே போகிறது?" என்று கேட்டான்.

அதற்கு அவர் "உன் தாத்தா ஊருக்குப் போகிறது" என்றார்.

அவன் 'இதன் வழியாக நாம் போனால் தாத்தா ஊருக்குப் போகலாம்.' என்று நினைத்து ஆற்றில் குதித்துவிட்டான்.

ஆற்றின் கரையோரம் ஒருவன் ராஜா ராணி வீட்டுத் துணிகளை எல்லாம் துவைத்துக் கொண்டு இருந்தான். இவனைப் பார்த்ததும் அவன், இவனைத் தண்ணீரில் இருந்து காப்பாற்றித் தன்னோடு துணி துவைப்பதற்கு சேர்த்துக்கொண்டான். ஒரு நாள் ராஜா வீட்டிற்கு அழுக்குத் துணி எடுப்பதற்கு இவனையும் கூப்பிட்டான்.

அதற்கு அவன் "நான் வரமாட்டேன். நான் பக்கத்து நாட்டு ராஜா மகன். என்னை இந்த ராஜா பார்த்தால் அடையாளம் தெரிந்துவிடும்" என்று கூறிவிட்டான். துணி துவைப்பவனும் இதனை நம்பிவிட்டான்.

மற்ற துணிகளை எல்லாம் இவன் பொறுப்பில் விட்டுவிட்டுச் சென்றான். இவன் அந்தத் துணிகளை எல்லாம் திருடிக் கொண்டு ஓடிவிட்டான்.

அந்தத் துணிகளை ஒரு மொட்டை மரத்தின் ஒவ்வொரு கிளையிலும் கட்டிப் போட்டான். ஒருவன் அவ்வழியாக வந்தான்.

அவனிடம் இது "துணிகாச்சி மரம் உனக்கு வேண்டுமா?" என்றான்.

"இந்த மரம் கேட்கும்போது எல்லாம் துணி காய்க்கும்" என்று கூறி அதற்கு ரூபாய் ஆயிரம் கேட்டான். வந்தவனுக்கு ஆச்சரியம். எல்லாம் பட்டுத் துணியாகக் காய்கிறது. அதுவும் ராஜா வீட்டுத் துணியாகவே காய்கிறது என்று அதை வாங்கிவிட்டான்.

அவனிடம் இவன் "இப்பொழுது காய்த்து இருப்பது எல்லாம் எனக்கு. இனி காய்ப்பதுதான் உனக்கு" என்றான்.

“உனக்கு வேண்டுகின்ற நேரத்தில் காய்க்கவில்லையென்றால் நன்றாகக் கொதிக்க வெந்நீர் போட்டு ஊற்று” என்றான்.

துணி காய்ச்சி மரத்தை விற்ற பணத்தைக் கொண்டு ஒரு குதிரை வாங்கினான். அதனை ஒரு சத்திரத்தில் கட்டினான். குதிரை போடும் சாணத்தில் தன்னுடைய காசுகளை எல்லாம் புதைத்து வைத்தான். சத்திரக்காரனிடம் “என்னுடைய குதிரை சாணத்தோடு காசும் போடுகிறது” என்று கூறினான். அவன் அந்தக் குதிரையை விலைக்குக் கேட்டான். “என்னுடைய குதிரை இப்பொழுது போட்ட சாணத்தில் உள்ள காசுகள் எல்லாம் எனக்கு, இனி போடுவதுதான் உனக்கு” என்று கூறி அவனிடமும் பணத்தை வாங்கி குதிரையைக் கொடுத்துவிட்டு சத்திரக்காரனை ஏமாற்றினான். இவனிடம் இருந்து தனக்குக் கிடைத்த பணத்தைக் கொண்டு மற்றொரு குதிரை வாங்கினான். அதில் ஊரைச் சுற்றினான்.

ஒருநாள் தான் போகின்ற வழியில் ஒரு ஆற்றங்கரை ஓரத்தில் ஒரு தாயும், மகளும் நிறைய நகைகளைப் போட்டுக் கொண்டு இருப்பதைப் பார்த்த இவன்: “எதற்கு இந்தப் பக்கம் இருக்கிறீர்கள்” என்று கேட்டான்.

“ஆற்றைத் தாண்டி அந்தப் பக்க ஊருக்குச் செல்ல வேண்டும். திடீரென ஆற்றில் வெள்ளம் வந்துவிட்டது. ஆதலால் இங்கு உள்ளோம்” என்றாள்.

உடனே குதிரைக்காரன் தன்னுடைய குதிரையில் “ஒவ்வொருவராகத்தான் போக முடியும். முதலில் உங்கள் மகளை அந்தக் கரையில் விட்டுவிட்டு பின் உங்களை ஏற்றிச் செல்கிறேன்” என்றான்.

தாயும் சம்மதம் கொடுத்து விட்டு “உன்னுடைய பெயர் என்ன?” என்று கேட்டாள். “கொண்டவன்” என்றான்.

இவன் அவளைக் குதிரையில் ஏற்றிக்கொண்டு ஆற்றைக் கடந்ததும் ஓடிக்கொண்டே இருந்தான். தாய் தன்னுடைய மகளைக் கொண்டு போகிறான் என்று கத்தி சத்தம் போட்டாள்.

அந்த வழியாக சென்றவர்கள் காரணத்தைக் கேட்க, என்னுடைய மகளைக் கொண்டு போகிறான் என்று கை நீட்டிக் காட்டினாள். “அவன் யார்?” என்று அவர்கள் கேட்டதற்கு “கொண்டவன்” என்றாள்.

“அதற்கு ஏன் அழுகிறாய்? கொண்டவன் தானே கொண்டு செல்கிறான்” என்று பதில் கூறினர்.

சிறிது தூரம் சென்றதும் அந்தப் பெண்ணை ‘அம்போ’ வென்று விட்டுவிட்டுச் சென்றுவிட்டான். இரவு வந்தது. தன்னுடைய பணத்தை எல்லாம் மூட்டை கட்டித் தலைக்கு வைத்துப் படுத்தான். பக்கத்தில் குதிரையைக் கட்டிப் போட்டான். அப்போது வழிப்போக்கன் ஒருவன் வந்தான். தான் ஓர் பெரிய வியாபாரி என்றும் தன்னிடம் நிறையப் பணம் இருக்கிறது என்றும் கூறினான். உடனே இவன் ஓர் திட்டம் போட்டான். ஏதாவது சூழ்ச்சி செய்து அந்தப் பணத்தினைப் பிடுங்கிவிட வேண்டும் என்று நினைத்தான்.

“ஐயா, நிறைய பணத்தை வைத்துக்கொண்டு இப்படி மரத்தடியில் படுத்தால் ஆபத்து. வாருங்கள், என் குதிரையில் போகலாம். இந்த ஆற்றைக் கடந்தால் ஓர் ஊர் வரும். அங்கு ஓர் சத்திரம் உண்டு. அங்கு தங்கலாம்” என்று. அவரை அழைத்தான்.

அவரும் இவனை நம்பிக் குதிரையில் ஏறினார். இருவரும் குதிரையில் ஆற்றைக் கடந்தனர். அப்போது அந்த வியாபாரி "இந்த ஆறு எங்கு போகிறது?" என்று கேட்டான்.

"உன் தாத்தா வீட்டிற்கு" என்று அவனைத் தள்ளிவிட்டான். அவன் குதிரையின் கழுத்தை இறுகப் பிடித்துக் கொண்டான். குதிரை பயத்தில் உடம்பை உதறியது. குதிரை உதறியதும் அவன் ஆற்றில் விழுந்துவிட்டான். வியாபாரி தப்பித்துக் கொண்டான். ஆற்றத் தண்ணீர் அடித்துக் கொண்டு பக்கத்து ஊர் வந்தது. அங்கு துணி துவைத்துக் கொண்டிருந்தவன் இவனைப் பிடித்துவிட்டான். "ராஜா வீட்டுத் துணிகள் எங்கே?" என்று கேட்டான். மரத்தில் கட்டி வைத்தான். உடனே அந்த மரத்துக்காரன் "இவன் தான் துணி காய்க்கிற மரத்தினை எனக்கு விற்றவன்" என்று அடித்தான். அந்த வழியாக ஒருவன் நொண்டிக் குதிரையில் வந்தான். "இவன்தான் எனக்கு நொண்டிக் குதிரையை கொடுத்துவிட்டு, இது போடுகின்ற சாணத்தில் காசு போடும் என்று பொய் சொன்னவன்" என்று அவன் பங்கிற்கும் அடித்தான். நகைகளை இழந்த பெண்ணும் அங்கு வந்து சேர்ந்தாள். அவளும் நையப் புடைத்தாள்.

கதைசொன்னவர். அய்க்கண்

70
சிரிப்பும் அழுகையும்

கொட்ட மிட்டாவுக்கும் தாமரைப்பாடிக்கும் போகும் காட்டுப்பாதையில் ஒரு கிழவி தன்னந்தனியாக நடந்து சென்று கொண்டிருந்தாள். அந்தக் காலத்தில் தார்ச்சாலை கிடையாது. வண்டிப் போக்குவரத்துகூட இல்லை.

கிழவி நடந்த பாதையோ மலைப் பாதை. நிறைய ஏற்ற இறக்கம். வழி எல்லாம் பெரிய பெரிய பருக்கைக் கற்கள்.

கிழவி எதையும் லட்சியம் செய்யவில்லை. கையில் ஒரு தடியை ஊன்றிக்கொண்டு விடுவிடுவென்று அவள் நடந்தாள். தலையில் ஒரு சிறிய மூட்டை. நடக்கும்போது அது ஆடி

ஆடிக் கீழே விழுந்து விடாமல் இருக்க கிழவி ஒரு துண்டை எடுத்து அதற்கும் தன் மோவாய்க் கட்டைக்குமாக ஒரு கட்டுக் கட்டி இருந்தாள்.

பொழுது சாய்ந்து கொண்டு வந்தது. இன்னும் அரைமணி நேரத்தில் சூரியன் மறைந்துவிடலாம். அதற்குள் தாமரைப்பாடி போய் விடவேண்டும் என்ற வேகத்தில் கிழவி நடந்தாள்.

தலையில் இருந்த மூட்டையில் நிறையப் பொன் நகைகள் இருந்தன. பதினைந்து இருபது பவுன் தேறும். மறுநாள் தாமரைப் பாடியில் கிழவியின் மகள் வயிற்றுப் பேத்திக்குக் கல்யாணம். அந்தக் கல்யாணச் சீர் செய்ய தன் பங்குக்காக மகளுக்குக் கூட தெரியாமல் கிழவி பேத்திக்கு நகை செய்து வைத்து இருந்தாள்.

எல்லாம் கடின உழைப்பில் சேர்த்த பணத்தில் செய்தது. ஆப்பம், பிட்டு சுட்டு விற்றது. காட்டில் புங்கங்கொட்டை, லவங்கப்பட்டை என்று தேடி அலைந்து சேர்த்து விற்றது என்று கஷ்டப்பட்ட காசு.

ஒவ்வொரு நகையாகச் செய்து மகளுக்குத் தெரியாமல் ஒரு மொந்தையில் போட்டு மூடி ஓர் எட்டி மரத்தின் கீழ் புதைத்து வைத்துச் சேர்த்தது.

இவ்வளவு நகையை கிழவி சேர்த்து வைத்து இருக்கிறாள் என்று தெரிந்தால் மகளும் விடமாட்டாள்; மருமகனும் விடமாட்டான்.

மருமகனுக்குக் குடிப்பழக்கம் உண்டு. அடிக்கடி சூதாடுவான். கிழவி மகளுக்குச் செய்து போட்ட நகைகளை எல்லாம் மருமகன் எப்போதோ ஒழித்துவிட்டான். கைவசம் பேத்திக்குச் சேர்த்து வைத்து இருக்கும் நகைகளைக் கொடுத்தால் அதையும் ஒழித்து விடுவான் என்று தான் கிழவி சொல்லாமல் மறைத்தாள்.

திருமணத்திற்கு மூன்று நாளைக்கு முன்பே வரச்சொல்லி மகள் வற்புறுத்தினாள். கல்யாண சமயத்தில் பேத்தியின் கழுத்திலும் கையிலும் போட்டால் தான் அந்த நகைகள் தப்பிக்கும். இது கிழவியின் முடிவு.

அதற்காகத்தான் தாமதமாகப் புறப்பட்டாள்.

காட்டுப்பாதையில் கள்ளர் பயம் உண்டு. வழிப்பறிக் கொள்ளைக்காரர்கள் சில சமயம் குதிரையில் வருவார்கள். சில சமயம் கூட்டமாக ஒரு மூலையில் காத்திருந்து தாக்குவார்கள்.

கிழவிக்கு எல்லாம் தெரியும். எந்தக் கள்ளர்கள் வந்தாலும் ஏமாற்றுவது எப்படி என்று கிழவி யோசித்து வைத்து இருந்தாள். அதற்கான உபாயத்தோடு ஒரு காரியம் செய்திருந்தாள்.

மூன்று வெங்கலக் குண்டான்களை ஒன்றின் மேல் ஒன்றாக அடுக்கி அடியில் இருந்த குண்டானில் பேத்திக்குச் சேர்த்த நகைகளைப் போட்டு அதன்மேல் கேழ்வரகு கொட்டி நிரப்பியிருந்தாள்.

அதற்கு அடுத்த அடுக்கில் திரிகைக் கல்லில் அரைத்த கேழ்வரகு மாவும். எல்லாவற்றுக்கும் மேலே இருந்த குண்டானில் நாக்குக்கு வயணமாக, வெங்காயம் சேர்த்துச் சுட்ட கேழ்வரகு அடை, எள்ளுப் புளித் துவையல் வைத்துவிட்டுத் தட்டுப் போட்டு மூடி இருந்தாள்.

“வர்ற கள்ளன் வரட்டும்!” என்று மனசில் உறுதியோடு பயணப்பட்டாள்.

காட்டுப்பாதை. ஒரு செவ்வரளி மரத்திற்கு அருகே மூன்று கிளையாகப் பிரியும். நேர்க்கிளையாகப் பிரியும் பாதை தான் தாமரைப்பாடிக்குப் போகும் பாதை. மற்ற இரண்டும் வெவ்வேறு ஊருக்குப் போகும்.

அந்த மரத்தடியில் ஒரு சுமைதாங்கிக் கல் உண்டு. வழக்கமாக வழிப்பறிக் கொள்ளையர்கள் அங்கு தான் கூடுவார்கள். அந்த இடத்துக்கு கொள்ளையன் மேடு என்று பெயர்.

கொள்ளையன் மேட்டுச் சுமைதாங்கியில் எவரும் உட்கார்ந்திருக்கவில்லை என்றால் பயணிகள் நிம்மதிப் பெருமூச்சு விடுவார்கள்.

ஆனால் கிழவியின் துரதிருஷ்டம்; ஒருவன் அங்கு உட்கார்ந்து இருந்தான். கையில் பெரிய ஈட்டி. முகத்தில் கைப்பிடி கனத்திற்கு கறுகறுவென்று மீசை. இரும்புக் காப்பு. தலைப்பாகை. சிவந்த கண்கள். வலுவான உடம்பு. நல்ல உயரம். பார்த்தவுடனே கள்ளன் என்று புலப்பட்டது.

"ஏ கெளவி நில்லு!" என்று அடித்தொண்டையில் குரல் கொடுத்தான்.

கிழவிக்கு சட்டென்று விளங்கிவிட்டது. சிக்கினோம். எப்படி தப்பிக்கலாம்? வேகமாக யோசித்தபடி நின்றாள்.

"எதுக்கு ஐயா கூப்பிட்டே?" என்று கள்ளனைப் பார்த்துக் கேட்டாள்.

"எங்கே போய்ட்டிருக்கே?" என்று கேட்டான் கள்ளன்.

"தாமரைப்பாடிக்கு" கிழவி மடியில் கனம் இல்லாதவள் போல் தைரியமாகச் சொன்னாள்.

"எதுக்கு? அங்கே யாரைப் பாக்கப் போறே?" கள்ளன் கேட்டான்.

"எம் பேத்திக்கு அம்மை போட்டு ஆத்தா எறங்கிட்டாளாம். அதுக்கு கூலு ஊத்தறதா நேந்துக்கிட்டேன். அதுக்குத்தான் போயிட்டிருக்கேன்" என்று கிழவி சொன்னாள்.

கள்ளன் நம்பவில்லை. "தலையிலே என்ன மூட்டை?" என்று கேட்டான்.

“கொஞ்சம் கேப்பை மாவு, கொஞ்சம் கேப்பை” என்றாள் கிழவி.

“மூட்டையை எடுத்து அவுத்துக் காட்டு!” என்று கட்டளை இட்டான் கள்ளன்.

கிழவி மூட்டையை அவிழ்த்து முதல் கலயத்தை எடுத்துக் காட்டினாள். வயணமான கேழ்வரகு அடை.

அடுத்து கேழ்வரகு மாவு. அடுத்தது கேழ்வாகு.

கள்ளன் பார்வையில் கேழ்வரகு அடையைப் பார்த்ததும் கடுமை மாறியது. இருந்தாலும் சந்தேகம் போகவில்லை. ஒரு குச்சியை உடைத்து கேழ்வரகு மாவில் விட்டுத் துழாவிப் பார்த்தான். ஒன்றும் தட்டுப்படவில்லை.

அடுத்து கேழ்வரகு தானியத்திற்குள் குச்சியை விட்டுத் துழாவப் போகும் போது கிழவி ஏங்க்.. ஏங்க்.. ஏங்க் என்று பெரிய சத்தத்தோடு விக்கத் தொடங்கினாள். கள்ளனுக்குத் தூக்கிவாரிப் போட்டது. கிழவி விக்குகிற விக்கலைப் பார்த்தால் எங்கே மண்டையைப் போட்டு விடுவாளோ என்ற எண்ணம் வந்தது.

“ஏய்... ஏய். கெழவி... என்ன இந்த விக்கல் விக்குறே?” என்று அதட்டினாள்.

“ஐயா... கேப்பையிலே... ஏங்க்... அடை... எங்க்... செஞ்சனா... ஏங்க் ரொம்ப... ஏங்க்... ருசி... ஏங்க்... நாலஞ்ச.... ஏங்க்... தின்னுட்டேன்... ஏங்க்...” என்று விக்கல் மேல் விக்கலாகப் போட்டாள்.

கள்ளன் தோளில் மாட்டி இருந்த சுரைக் குடுவையில் இருந்த தண்ணீரை அவளிடம் நீட்டினான். நாலைந்து வாய் குடித்ததும் கிழவி விக்கலை அடக்கினாள்.

“சாமி, ஐயா மவராசனா இருப்பே! கள்ளமாரு திரியற இந்தக் காட்டுலே கருப்பண்ண சாமியாட்டம் வந்து, விக்கி உசுரு போகாம என்னைக் காப்பாத்தினே! இந்த கேப்பை அடையைச் சாப்பிடுய்யா” என்று நீட்டினாள்.

கள்ளன் கேழ்வரகுப் பாத்திரத்தைத் துழாவுகிற கவனம் மறந்தான். கிழவியின் புகழ்ச்சியிலும் கருப்பண்ணசாமிக்குத்

தன்னை ஒப்பிட்டதிலும் மயங்கிப்போய் கேழ்வரகு அடையைத் தின்னத் தொடங்கினான்.

நாக்கைச் கழட்டிய ருசி, எல்லா அடைகளையும் தின்று விட்டுத் தண்ணீர் குடித்ததும் கேழ்வரகுப் பாத்திரக் கவனம் அவனுக்குச் சுத்தமாக மறந்தது.

"நான் பொறப்படட்டா... பொழுது சாஞ்சிட்டுது. கண் மண்ணு தெரியாம காவாயிலே விழுந்துருவேன்" என்று கிழவி மூட்டையை மீண்டும் கட்டினாள்.

"ஏய் கெழவி! நானும் கூட வழித்துணைக்கு வாறேன்" என்று கள்ளனும் புறப்பட்டு வந்தான்.

"நீ பாவம் எதுக்கு வர்றே?" என்று கிழவி தடுத்துப் பார்த்தாள். கள்ளன் விடவில்லை.

"வழியிலே எவனாவது கள்ளன்மாரு வந்து ஒனக்கு ஏதாவது பொல்லாப்பு பண்ணுவாணுங்க... வா... வா... தாமரைப்பாடி மைல் கல்லு வரையிலே வர்றேன்" என்று கிழவிக்குப் பாதுகாப்பாக நடந்தான் கள்ளன்.

"மவராசனா இருப்பே! மனுசருங்கள்ள இப்படியும் ஒரு மனுசனப் பாக்க முடியுமா?" என்று அவனைப் புகழ்ந்தாள்.

கள்ளனுக்கு உச்சி குளிர்ந்தது.

கள்ளன் இப்படி ஏமாந்தானே என்று நினைத்து கிழவிக்குச் சிரிப்பு வந்தது. சிரித்தே விட்டாள்.

கள்ளன் உஷார் ஆனான். "ஏ, கெளவி! எதுக்குச் சிரிச்சே?" என்று அதட்டிக் கேட்டான்.

"ஒண்ணுமில்லே... ஒரு கதை யாவகம் வந்தது. அதை நெனைச்சுச் சிரிச்சேன்" என்றாள்.

"என்ன கதை சொல்லு?" என்று அவன் மிரட்டினான். அவன் கவனத்தைத் திருப்ப கிழவி ஒரு கதை சொன்னாள்.

"ஒரு பெரிய பணக்காரன். ஊரிலே எல்லாரும் மெச்சிக்கறாப்பிலே ஒரு பெரிய மாளிகை கட்டினான். அதை எவனோ வயித்தெரிச்சல் புடிச்சவன் தீ வச்சுக்

கொளுத்திப்புட்டான். அதைப்பார்த்து பணக்காரன் 'ஓ'..ன்னு அழ ஆரம்பிச்சான்" என்றாள்.

பாதை தாமரைப்பாடியை நெருங்கி வந்தது.

"அப்புறம்?" என்றான் கள்ளன்.

"அப்ப அவனோட மூத்த பையன் வந்து எப்பாடி எப்பாடி ஏன் அழுவறே? இந்த வீட்டை இப்பத்தான் அடுத்த ஊரு ராசாவுக்கு வித்துட்டு அச்சாரம் வாங்கிட்டு வந்தேன்" என்றான்.

"அப்ப வீடு எரிஞ்சா நஷ்டம் ராசாவுக்குத்தான்" என்று சிரிக்க ஆரம்பித்தான் பணக்காரன்.

பாதை தாமரைப்பாடி எல்லையைத் தொட்டது.

"அப்புறம்?" என்று ஆவலை அடக்காமல் கள்ளன் கேட்டான்.

"அப்ப ரெண்டாவது மவன் அங்கே வந்தான். அண்ணன் சொன்னது சரிதான். ஆனா அது இப்ப செல்லுபடி ஆகாது" என்றான் இளைய மகன்.

கள்ளனுக்கு ஆவல் அதிகரித்தது "அப்புறம்?" என்றான்

"பணக்காரன் மறுபடியும் அழ ஆரம்பிச்சுட்டான். ஒரு நிமிசத்திலே அளுகை சிரிப்பாவறதும் சிரிப்பு அளுகை ஆகறதும் நெனச்சேன்... சிரிப்பு வந்துது!" என்றாள்.

தாமரைப்பாடி மைல்கல் வந்தது.

"கெழவி... நான் ஊருக்குள்ளே வரப்படாது... போய் வா!" என்று அனுப்பி வைத்தான்.

அவன் உண்மையாகவே தன்னை நம்பினான் என்று நினைத்தபோது கிழவிக்கு கண்களில் இரண்டு சொட்டுக் கண்ணீர் வந்தது.

கதைசொன்னவர்: எஸ். ஆனந்தி, சென்னை-92

71

போலி வாழ்க்கை

ஒரு காட்டுல ஒரு சிங்கம் இருந்துச்சு. அது சத்தியத்துக்குக் கட்டுப்பட்டது. பசி இல்லாம எந்த மிருகத்தையும் அடிச்சிக் கொல்லாது. எந்த மிருகத்தையும் பயமுறுத்தாது.

இப்படி இருக்கும்போது ஒரு நாள், அந்தச் சிங்கத்துக்கு இரையே கிடைக்கலை. இரை தேடிக்கிட்டுப் போச்சு. போகும்போது தூங்கிக் கிட்டு இருந்த முள்ளம் பன்றி மேலே விழுந்திருச்சு. உறக்கத்தில இருந்த முள்ளம் பன்றிக்குக் கோபம் வந்துருச்சு.

அது சிங்கத்து மேலே கோபமாப் பாய்ஞ்சிருச்சு . சிங்கம் ஒதுங்கிப்போச்சு. ஆனாலும் அந்த முள்ளம் பன்றி சிங்கத்தைவிடலை. அதுமேலே பாய வேற வழி இல்லாமச் சிங்கம் பன்றிகூட சண்டை போடக் கடைசியாப் பன்னிக்குச் சிங்கத்தை எதிர்த்து நிற்க முடியல. தோத்துப்போயி ஓடிருச்சு. சிங்கம் செயிச்சிருச்சு. ஆனா அது உடம்பெல்லாம் முள்ளம் பன்றியோட முள்ளு பாஞ்சிருச்சு. ஏற்கெனவே பசியோட இருந்த சிங்கத்துக்கு முள்ளு குத்துன ரணம். ஒரு எட்டுக்கூட அதால எடுத்து வைக்க முடியல. பேசாம படுத்திருச்சு.

அப்ப அந்த வழியா ஒரு நரி வந்துச்சு. வழியில் சிங்கம் படுத்திருக்கிறதப் பாத்த உடனே பதறிப் போயி வேற பக்கமா ஓடுச்சு. உடனே இந்தச் சிங்கம் நரியைக் கெஞ்சிக் கூப்புட்டுச்சு. நரிக்குச் சந்தேகம்.

என்னடா இது நம்மள கெஞ்சி கெஞ்சிக் கூப்புடுது? ஒருவேள் சிங்கத்துக்குச் சோம்பேறித்தனம் கூடிப் போச்சோ? எழுந்து வேட்டையாடக் கூட முடியாமப் பக்கத்துல கூப்பிட்டு அடிச்சித்திங்கப் போவுதுனு நினைச்சுக்கிட்டு ஓடப் பாத்துச்சு. மறுபடியும் சிங்கம் "ஏ... நரியாரே! நீரு நினைக்கிற மாதிரி உம்மத் திங்கிறதுக்காக நான் கூப்பிடல. ஒரு முள்ளம் பன்றிக்கும் எனக்கும் சண்டை வந்துருச்சு. அதுல முள்ளம் பன்றியோட முள்ளு மொத்தம் என் உடம்புல ஆழமா தைச்சிருச்சு. அதை எடுக்கத்தான் உன்னைக் கூப்பிடுதேன்"னுச்சு.

நரி "உன்னை எப்படி நான் நம்புறது - இந்த மாதிரி ஏமாத்திப் பக்கதிலே கூப்புட்டு அடிச்சித் தின்ன மாட்டேன்னு எப்படிச் சொல்றது" என்றது. சிங்கமும் "நான் சத்தியத்துக்கு கட்டுப்பட்டவன்னு உங்களுக்கெல்லாம் தெரியும். அதோட நான் இந்த பூமாதேவி மேல சத்தியம் வச்சு சொல்றேன். உன்னை நான் அடிக்க மாட்டேன்."

"பூமாதேவிமேல் மட்டும் சத்தியம் வச்சாப்போதாது. உன் தலைமேலேயும் அடிச்சிச் சத்தியம் செஞ்சு உனக்கு உதவி செய்யிற என்னை மட்டுமில்லை. என்னைச் சேந்தவங்களையும் கொல்ல மாட்டேன்னு சத்தியம் பண்ணு"ன்னு சொல்லுச்சு.

சிங்கமும், நரி சொன்ன மாதிரியே சத்தியம் பண்ண, நரி சிங்கம் பக்கத்திலே போயி அது உடம்ப பாத்துச்சு.

சிங்கம் உடம்பு முழுக்க முள்ளு ஆழமா பதிஞ்சு ரத்தம் கொப்பளிச்சிக்கிட்டு இருந்துச்சு. உடனே நரி எல்லா முள்ளையும் பிடுங்கிப்போட்டு அந்த ரத்தத்தயெல்லாம் துடைச்சு சுத்தப்படுத்திட்டுப் போயிருச்சு.

முள்ளை எல்லாம் நரி பிடுங்கினதும் சிங்கத்துக்குக் கொஞ்சம் உடம்பு சீரா ஆவுச்சு. மெல்ல எந்திரிச்சுப் போயி பச்சை இலையில் புரண்டு ஒருவழியா புண்ணையெல்லாம் சரி பண்ணிட்டு பழையபடிக்கு வேட்டையாட ஆரம்பித்தது.

ஆனா சிங்கத்துக்கு முள்ளு பிடுங்கிட்டு வந்த நரிக்கு தான் ஒரு நரிங்கிறதே மறந்து போச்சு. தலையில் பெரிய தங்கக் கிரீடம் வச்ச அரசன்ங்கிற மாதிரி நினைப்பு வந்துருச்சு! காட்டுல இருக்கிற எல்லா மிருகங்களையும் கூப்புட்டுச்சு.

கூப்புட்டு "இந்தா பாருங்க. உங்க எல்லாத்துக்கும் ராஜா அந்த சிங்கம். ஆனா அந்தச் சிங்கத்துக்கு ராஜா நான் தான்."

உடனே மற்ற மிருகங்கள் எல்லாம் "அதெப்படி? நீ ஒரு நரி. உன்னால் கரடி, யானை, புலி இவ்வளவு ஏன்? பன்றியக் கூட எதுத்துப் போராட முடியாது. அப்படி இருக்கும் போது நீ எப்படிச் சிங்கத்துக்கு ராஜாவாக முடியும்?"

அதுக்கு நரி "உடம்பில் மட்டும் பலமிருந்தாப் போதாது. மனசுலயும் பலம் வேணும். எனக்கு மனசுல ரொம்பப் பலம் இருக்கு. அதனால் நான் சிங்கத்துக்கே ராஜா வாயிட்டேன்".

உடனே மற்ற மிருகங்கள் எல்லாம் "நீ சொல்றத நாங்க நம்ப மாட்டோம். ஒருக்காலமும் உன்னால் சிங்கத்துக்கு ராஜாவாக முடியாது"ன்னு சொல்ல, நரியும் சரி நான் இப்ப என்ன செஞ்சா நான் சொன்னது உண்மைதான்னு நம்புவீங்கன்னு கேட்டுச்சு.

மற்ற மிருகங்களும் "நாங்க எல்லாரும் ஒரு இடத்தில மறைஞ்சிருந்து பாத்துக்கிட்டு இருக்கும்போது நீ சிங்கத்து கிட்டத்தில், ரொம்பக் கிட்டத்தில் போய் ரெண்டு வார்த்த பேசணும்"னு சொல்லுச்சுங்க!

இதைக்கேட்ட நரி அலட்சியமாகச் சிரிச்சிச்சு. "பூ.. இவ்வளவுதானா, நீங்க ஒன்றும் மறைவா நிக்க வேண்டாம். இப்படிக் கொஞ்சம் தள்ளியே நில்லுங்க. நான் சிங்கத்துக் கிட்ட

பேசுறது மட்டுமில்லை. அது மேலே ஏறிச்சவாரி செய்றேன். நான் சவாரி செய்றத முதல்ல பாருங்க. பிறகு மற்றதைப் பத்திப்பேசுங்க”ன்னு சொல்ல... எல்லா மிருகங்களும் நரிய நம்பமுடியாமப் பாத்துச்சுங்க.

பிறகு நரி எல்லா மிருகங்களையும் கூட்டிக்கிட்டு சிங்கத்துக் கிட்டப் போனது. ஒரு அஞ்சு, ஆறு அடி தூரத்தில் அதுகளையெல்லாம் நிக்க வச்சுட்டு நேரா சிங்கத்துகிட்ட போனது. போனதும் “என்ன ராசா உடம்பு எப்படி இருக்கு? இப்ப உங்களால் வேட்டையாடி வயிறு நிறைய சாப்பிட முடியுதா? உங்களுக்கு வேட்டையாடி சாப்பிட முடியுதோ இல்லையோன்னு நினைச்சு உங்களுக்கு உணவாகட்டுமேன்னுதான் இத்தனை மிருகங்களையும் என்கூட கூட்டிட்டு வந்தேன். நீங்க எந்த மிருகத்தை வேண்டுமானாலும் அடிச்சிச் சாப்பிடலாம். அடிச்சிச் சாப்பிடுறதுக்காக நீங்க அங்க போக வேண்டியதில்லை. நானே அவங்களை இங்க கூப்பிடுதேன். இங்கனயே நீங்க அடிச்சிச் சாப்பிடலாம்”ன்னுச்சு.

சிங்கமும் “நீ செய்யிற உதவிக்கு ரொம்ப நன்றி நரி. ஆனாலும் நான் இப்பத்தான் காட்டுல வேட்டையாடி வயிறு

நிறையச் சாப்பிட்டு வந்தேன். இனியும் எதுக்கு ஒரு மிருகத்த அநாவசியமாக் கொல்லணும்? வேண்டாம். எப்பவாவது இந்த மாதிரி உதவி தேவைப்பட்டா உன் கிட்டச் சொல்லி அனுப்புறேன். அப்ப நீ எனக்கு உதவி செய்"ன்னு சொல்ல நரியும் "உங்க வார்த்தைய என்னால் நம்ப முடியல. உடம்பு சவுகரியம் ஆச்சுன்னு சொல்றீக. ஆனா ரொம்பச் சோர்வா இருக்கீங்களே. உங்க முதுகுல முள்ளு குத்துன இடத்தை யெல்லாம் நான் உங்க மேலே ஏறிப் பார்த்துத்தான் நம்புவேன். தயவு செஞ்சு உங்க முதுகுல ஏறி உங்க புண்ணப்பாக்க என்னை நீங்க அனுமதிக்கணும்"ன்னு கேட்டுச்சு.

ஒருத்தரு செய்த உதவியை அவுக உயிர் உள்ள வரையிலும் மறக்காதேங்கிற பழமொழியை நினைச்சிப் பாத்த சிங்கமும் "சரி. நீ என் உசுர மீட்டுத் தந்தவன். அதனால் நீ கேக்றது மாதிரி என் முதுவுல ஏறிக் காயத்தப் பாரு" ன்னு குனிஞ்சி கொடுத்துச்சு. நரியும் ஒரு நிமிஷம் பின்னால் திரும்பி எல்லா மிருகத்தையும் பார்த்து ஒரு கண்ணைச் சிமிட்டிட்டு அது முதுகுமேல ஏறிச்சு. பிறகு சிங்கத்து மேல நடந்துக்கிட்டே அதோட எல்லா காயத்தயும் பாத்துச்சு. பிறகு சிங்கத்துக்கிட்ட "கொஞ்சம் திரும்பி நடங்க. உங்க வாலுல இருக்க புண்ணெல்லாம் ஆறுச்சா? ஆறலையான்னு தெரியல"ன்னு கேட்டுச்சு. உடனே சிங்கமும் நரி அன்னைக்கு செய்த உதவிய மனசுல நினைச்சுக்கிட்டு அது சொன்னபடியே திரும்பி நடந்துச்சு. உடனே சிங்கம் முதுகுல நின்ன நரி மற்ற மிருகங்களைப் பாத்து கைய அசைச்சிட்டு சிங்கத்து கிட்ட "சரி ராஜா, கொஞ்சம் நில்லுங்க. புண்ணு நல்லா ஆறிருச்சு. நானு இறங்கிக் கிடுதேன்"னுச்சு. சிங்கம் நிக்கவும் நான் போய்ட்டு வாரேன் ராஜா என்று கிளம்பிச்சு.

அங்க நடந்த அத்தனை விஷயங்களையும் கண்ணச் சிமிட்டாமப் பாத்துக்கிட்டு இருந்த மற்ற மிருகங்களுக்கு இப்ப நடந்த தெல்லாம் நிஜமான்னு நம்பவே முடியல. ஒரு சாதாரண நரி. இது போயி ஒரு பெரிய சிங்கத்துக்கிட்ட பேசுனதுமில்லாம அது முதுகுல ஏறி சவாரியும் செஞ்சிட்டு வாணுமின்னா அது என்ன லேசான காரியமா?

நரிக்கு முன்ன இருந்ததை விட இப்ப மதிப்பு இன்னும் கொஞ்சம் கூடிப் போச்சு. எல்லா மிருகங்களும் அதை சுத்தி,

சுத்தி வந்து பாத்துச்சு . சில மிருகங்கள் அதைத் தொட்டுக்கூட பாத்துச்சு. “எப்படி நரி உன்னால் இவ்வளவு தைரியசாலியா ஆவ முடிஞ்சிச்சு? நானும் இருக்கேனே பெரிய புலின்னு. சிங்கம் பக்கத்திலே கூட என்னால் திரும்ப முடியல. இருபது அடி தூரத்தில் சிங்கம் இருந்தாக்கூட நான் திரும்பிப் பாக்காம ஓட்டம் பிடிப்பேன். என்னதான் மந்திரம் படிச்சே?" அப்படின்னு கேக்க... பெரிய புலியே இப்படிக் கேக்கும் போது மத்த மிருகங்க சும்மா இருக்குமா? அதுகளும் நரிய புகழோ, புகழ்ன்னு புகழ்ந்து தாங்களும் இந்த மாதிரி தைரியசாலியா ஆவதற்கு வழி சொல்லணும்ன்னு கெஞ்சி, கெஞ்சிக் கேக்க நரிக்குத் தலைக்கனம் தாங்க முடியல.

கொஞ்ச நாள் போச்சு. காட்டுல இந்த நரி செய்யிற அட்டகாசம் பொறுக்க முடியலை.

இந்த நரி செய்ற அக்கிரமத்தப்பத்தி ஏதாவது ஒரு மிருகம் வாய் திறந்துச்சோ உடனே நரி அதைக் கொண்டு போயி சிங்கத்துக்கிட்ட விடுறதா சொல்லி பயமுறுத்தும். அதனால எந்த மிருகமும் இப்ப வாயே திறக்கிறதில்ல. இதனால் அந்த காட்டுல நரி வச்சதுதே சட்டமின்னு ஆயிப்போச்சு.

எல்லா மிருகங்களுக்கும் வாழ்க்கையே வெறுத்துப் போச்சு. “சே. சிங்கமே இந்தக் காட்டுக்கு ராஜாவா இருக்கும் போது நம்மளைக் கண்ட நேரம் பசி எடுத்தா மட்டும் தான் அடிக்கும். மற்றபடி கண்டுக்கிடவே செய்யாது. நம்மளும் சுதந்திரமா பாடுனோம், சந்தோசமா வாழ்ந்தோம். இந்த நரி என்னைக்குத் தலையெடுத்ததோ நம்ம சந்தோசம் எல்லாம் போயிருச்சே. கொஞ்சம் சத்தம் போட்டுச் சிரிச்சாலும் சரி, பேசுனாலும் சரி, உடனே வந்து அதட்டி அபராதம் போட்டுட்டு அப்பவே அபராதத்தை வசூல் செய்துட்டுப் போவுதே. நம்ம என்ன தான் செய்ய”ன்னு வேதனைப்பட்டு கைபொத்தி, வாய்பொத்தி வாழ்ந்துக்கிட்டு இருந்தது.

ஒரு நாள் ஒரு குட்டி மானு நாலு காலு பாய்ச்சல்ல ஓடியாந்து அதோட அம்மா மடியிலே முடங்கிப் படுத்துச்சு. ஓடியாந்த வேகத்தில அதுக்கு மே மூச்சு அடிக்க, உடம்பெல்லாம் நடுங்கி வேர்த்துக் கொட்டியது. ஈண்ட ஒரு மாதம் தான் ஆயிருக்கும். அந்தக் குட்டி பிறக்கும் போதே இந்த நரி அதைப் பாத்து

மனசுக்குள்ள "அட்டடா! என்ன அழகான குட்டி. இரண்டு மாதம் போனா இன்னும் அழகாச் செழிப்பா இருக்கும். நம்ம அடிச்சி சாப்பிடணும்ன்னு மனசுக்குள்ள நினைச்சிருந்துச்சு இப்ப அந்தக் குட்டி இப்படி பதறிப் போயி ஓடியாறதப் பாத்துட்டு அதுகிட்ட போயி "ஏன் இப்படி ஓடியாந்தே? என்ன நடந்துச்சு"ன்னு கேட்டுச்சு.

அதுக்கு அந்த மானும் "நான் மேஞ்சிக்கிட்டு இருந்தேன். உங்க கீழே இருக்க அந்த சிங்கம் என்னைக் கொன்று திங்க வந்துச்சு. நானு அதுக்கிட்ட இருந்து தப்பிக்கத்தேன் இப்படி ஓடிவந்தேன்னுச்சு. உடனே நரிக்குக் கோபமின்னா கோபம் நம்ம இந்த மான் குட்டிய திங்கணுமின்னு நினைச்சுக்கிட்டு இருக்கோம். சிங்கமில்ல திங்க வந்துருக்கு? இந்தக் குட்டி ஓடியாரப் போயி சரியாப் போச்சு. இல்லேன்னா இந்நேரத்துக்கு அதுக்கில்ல இது இரையாயிருக்கும். அந்தச் சிங்கத்த ஒரு அதட்டு போட்டு வச்சாத்தேன் நல்லது. இல்லேன்னா நாளைக்கு நம்ம குறிவச்சதயெல்லாம் இந்தச் சிங்கமில்ல தின்று போடும்ன்னு நினைச்சது. அதோட உங்க கீழே இருக்க சிங்கமின்னு

அந்த குட்டி நரி சொன்னதுல இதுக்கு இன்னும் கொஞ்சம் கர்வமும் சேந்துருச்சு.

அப்பவே எல்லா மிருகத்தயும் கூப்பிட்டுச்சு. எல்லா மிருகமும் வரவும் "அந்தச் சிங்கத்துக்கு என்ன தைரியம்? என் பாதுகாப்பில் இருக்க மான்குட்டிய அடிச்சு திங்க விரட்டியிருக்கு. இத இப்படியே விட்டமின்னா நாளைக்கு உங்களையும், உங்க புள்ள குட்டிகளையும் அடிச்சித் திங்கவரும். பிறகு நான் இருந்து என்ன புண்ணியம்? அதனால் எல்லாரும் என் கூட வாங்க. உங்கள வச்சுக்கிட்டே அத நாக்க புடுங்கிக்கிற மாதிரி நாலு வார்த்த கேக்கிறேன். என்னமும் பதிலுக்கு மூச்விட்டுச்சோ நீ இந்தக் காட்டுல இருக்கணுமின்னா இரு, இல்லேன்னா வேறகாடு தேடி ஓடிருன்னு விரட்டி விட்டு வாறேன்னுச்சு!

மத்த மிருகங்க எல்லாம் இந்தக் காட்ட விட்டு உன்னை விரட்டுனாதான. எங்களுக்கு நல்லதுன்னு தங்களுக்குள்ளேயே முனங்கிச்சுக. அதுக முனங்குனது சரியா கேக்காத நரி என்ன முனங்குதீகன்னு கேக்க, ஒன்னுமில்லன்னு எல்லாம் பயந்துக்கிட்டு சொல்ல, நரி தலையில கிரீடம்மேல கிரீடம் வச்சாப்ல தலை கனத்துப் போச்சு.

அப்பவே எல்லா மிருகத்தயும் கூட்டிக்கிட்டு சிங்கத்துக் கிட்ட போச்சு. "ஒரு மாசத்துக்கு முன் நடந்ததெல்லாம் மறந்து போச்சா? நான் உம்மகிட்ட என்ன சொன்னேன்? நீரும் பூமாதேவி தலயும், உம்ம தலயயும் வச்சி என்ன செஞ்சீரு"ன்னு கேக்க.. சிங்கத்துக்கு கோபம் அதிகமாயிடுச்சு!

ஆனாலும் அது தன்னோட கோபத்த அடக்கிக்கிட்டு "என்ன நரி? இவுகளுக்கு முன்னால அத, இத பேசிக்கிட்டு... வா நம்ம மறவா போயி இதப் பத்தி பேசிட்டு வருவோம்ன்னு" மெல்ல நரிக்கு மட்டும் கேக்கும்படியா சொல்ல, உடனே நரி எகிறிக் குதிச்சிக்கிட்டு "சத்தம் போட்டு பேசும். இதுல என்ன மறைவு வேண்டிக்கிடக்கு? எனக்கு இப்பவே தெரிஞ்சாவணும் இந்த மான்குட்டிய என் அடிக்க வந்தீரு?"ன்னு கேக்க-பழைய படியும் சிங்கம் நரிகிட்ட வந்து "நரியாரே.... உம்ம சேந்தவங்களைத்தான் நான் அடிக்க மாட்டேன்னு சொன்னேன். அதனால நான் ஒரு நரிய விரட்டி இருந்தாத்தேன் கொடுத்த சத்தியத்த காப்பாத்தாதவனா ஆவேன். அதோட நீ

கோபப்படறதுலயும் அர்த்தமிருக்கு. ஒரு மான் குட்டிக்காக நீ வந்து பேசுறது சரி இல்ல. இந்த காட்டுல இருக்க எல்லா மிருகங்களையும் இப்படி நீ உன் காவலுன்னு சொன்னா பிறவு நான் எதைத் தின்னு உயிரு வாழ்றது”ன்னு கேட்டது.

சிங்கம் மெல்லப் பேசுனதுனால அது என்ன சொல்லுதுன்னு மற்ற மிருகங்களுக்கு தெரியலை. ஆனா நரி சத்தம் போட்டு குதிச்சுக் குதிச்சு பேசுறதுனால் அது பேசுறது மட்டும்தான் இந்த மிருகங்களுக்கு கேட்டது. அதுகளுக்கெல்லாம் சிங்கத்து மேலே ஒரே கோபம். ஒரேயடியா அடித்து இந்த நரிய கொல்லாம இதுகிட்டப் போயி இந்தச் சிங்கம் இம்புட்டு நேரம் பேசிக்கிட்டு இருக்கு பாருன்னு நினைச்சு கொந்தளிச்சுப் போய் இருந்ததுக.

பதிலுக்கு சிங்கம் “எதைத்தின்று நான் உயிர் வாழ்றது?” ன்னு கேக்கவும், நரி இன்னும் கொஞ்சம் சத்தமா, கோபமா,

“அப்போ எங்களை மொத்தமாகக் கொல்ல வழி பாத்துட்டே? நீ நன்றி மறந்தவன். இனியும் உன்கிட்ட கெஞ்சிக்கிட்டு

இருந்தா ஒரு கதையும் நடக்காது.'' என்றது. உடனே சிங்கம் "என்ன செய்யப் போறே நீ?"

“என்ன செய்யப் போறனா? ஒன்று நீயா இந்த காட்டவிட்டுப் போயிரு.''

“இல்லேன்னா...?''

“நானு போகவைப்பேன். என்னை மிஞ்சி இந்தக் காட்டுல ஒரு அணுகூட அசையக்கூடாது. இந்த நேரத்துக்கு உன் எலும்புக்கூடு கூட இந்தக் காட்டுல மிஞ்சி இருக்காது. ஆனாலும் நான் உனக்கு உயிர் கொடுத்து பிழைக்க வச்சேன். அதனால என் பேச்சை நீ கேக்கணும். என்னைக்கு இந்த காட்ட விட்டு போவப் போறே? நீ காட்டவிட்டு போவப் போற விஷயத்தை இப்பச் சத்த முந்தி பேசுனமாதரி எனக்கு மட்டும் கேக்கும்படியா சொல்லக் கூடாது. எல்லாருக்கும் கேக்கும்படியாக சொல்லணும்''ன்னு நரி சொல்ல,

“அப்படியா. சொல்றேன்''னு சொன்ன சிங்கம் ஒரே பாய்ச்சலாப் பாய்ஞ்சு நரிய ஒரேயடியடிச்சுச்சு. சிங்கம் அடிச்ச அடியில் அரை உயிரா கிடந்த நரி “அய்யய்யோ! சிங்கராஜா உங்க சத்தியம் என்ன ஆச்சு?''ன்னு கேக்க, சிங்கமும் “நல்லவங்களுக்குதாண்டா சத்தியம், தர்மம் எல்லாம். உன்னை மாதிரி தலைக்கனம் கொண்டவங்களுக்கு இதுதான் சாத்தியம்''ன்னுச்சு.

அப்போது தான் நரிக்குப் புத்தி வந்தது. “மகராஜா! உங்களை கையெடுத்துக் கும்புடுறேன். என்னை இப்படியே அரைஉசுரா விட்டுருங்க. நான் மறைவா போயி பிழைச்சிக்கிடுதே''ன்னு கையெடுத்துக் கும்புட்டுச்சு.

இதகேட்ட மத்த மிருகங்க எல்லாம் “அவன விடாதீங்க கொல்லுங்க''ன்னு சொல்ல, “நீங்க சொன்னாலும், சொல்லாட்டாலும் இதகொல்லத்தேன் போறேன்னு'' சிங்கம் அரை உயிரா கிடந்த நரிய அடிச்சிக் கொல்ல... பிறகு எப்பவும் போல காடு அமைதியா இருந்துச்சாம்.

கதை சொன்னவர்: திருமதி பாரததேவி, சொக்கலிங்கபுரம்

72
வேஷம் பலிக்காது

ஒரு ஊருல ஒரு ராஜா இருந்தாரு. அவருக்கு ஒரு மந்திரி இருந்தாரு. ராஜாவ விட மந்திரி ரொம்பக் கெட்டிக் காரரா இருந்தாரு. ராஜாவால முடியாத வேலைய எல்லாம் மந்திரிதான் செய்வாரு. ஆனா அதை மந்திரி செஞ்சதா வெளிய சொல்லக்கூடாது நான்தேன் செய்தேன் என்று வெளியே மக்கள் கிட்ட எல்லாம் சொல்லணும்ன்னு ராஜா உத்தரவு போட அவர் உத்தரவுப் படியே மந்திரி எந்த வேலை செஞ்சாலும் அதை ராஜா செஞ்சதாச் சொல்லி வருவாரு. இதனால ராஜாவோட புகழ் எட்டுத்திக்கும் பரவி இருந்தது.

வேற ஊர்ல ஒரு ராஜா இருந்தாரு. இவரு ராஜாக் களுக்கெல்லாம் ராஜா. அவருக்கு ஒரு அழகான மகள் இருந்தாள். அவளைக் கல்யாணம் பண்ணிக்கிறதுக்காக எல்லா ராஜாக்களும் நான், நீன்னு போட்டி போட்டுட்டு இருந்தாக. இந்த ராஜாவுக்கும் அவளைக் கட்டிக்கிட ஆசை. அதனால் கூட மந்திரிய மட்டும் கூட்டிட்டுப் போனாரு. மந்திரிய அசிங்கமான மாறுவேசம் போடச் சொல்லி ஊர் எல்லையில் நிப்பாட்டிட்டு ராஜா மட்டுமே பெண்ணோட ராஜா வீட்டுக்குப் போனாரு. பொண்ணப் பாத்ததும் அப்படியே மயங்கிப் போயிட்டார். இவளைத்தான் கல்யாணம் பண்ணணும்னு முடிவு பண்ணிட்டார். ராஜாவும் இதையெல்லாம் கேட்டு "கல்யாணம் பண்ணிக்கப் போறவள் என் மகள். அதனால் அவள் சம்மதத்தை நான் கேக்கணும்" என்று சொல்லிவிட்டார். இந்த விஷயத்தை மந்திரிகிட்ட சொல்வதற்காக ராஜா இருட்டிய பிறகு ஊர் எல்லைக்கு வந்தார். அப்பதான் அந்த ஊர் ராஜா மகளும் கோயிலுக்குப் போயிட்டு பல்லக்கில் தோழிகளோட ஊருக்குத் திரும்பிக்கிட்டிருந்தாள். வழியில் இந்த ராஜாவைப் பாத்த உடனே அவளுக்கு ஒரு யோசனை தோணுச்சு. இவர் தானே

காலையில் நம்ம அப்பாகிட்ட வந்து பொண்ணுக் கேட்டவர். இவரோட ரகசியங்களைப் பற்றி நம்ம தெரிஞ்சிக்கிட்டா நம்ம இவருக்கு மனைவியாகத் தோதா இருக்கும் என்று பல்லக்குத் தூக்கிகளைப் பார்த்து இந்த ராஜாவையே பின்தொடர்ந்து தூக்கிட்டுப் போங்க என்று சொன்னாள்.

அதன்படியே வேலைக்காரங்களும் செஞ்சாங்க.

கொஞ்ச தூரத்தில் ராஜா குதிரையோட ஒரு மண்டபத்துக்குள்ள நுழைய, இந்த ராஜா மகளும் அவர் பின்னாலயே மறைவாப்போயி ஒரு இடத்தில் ஒளிஞ்சிக்கிட்டு என்ன நடக்குதுன்னு பாத்துக்கிட்டு இருந்தா. ராஜாவை சந்திக்க மந்திரி மாறு வேஷத்தை கலைத்துவிட்டு வந்தாரு. வந்ததும் என்ன ராஜா உங்களுக்கு பொண்ணுத் தர சம்மதிச்சிட்டாங்களான்னு மந்திரி கேக்க, ராஜாவும் “மகளிடம் தான் சம்மதம் கேக்க வேண்டுமாம், அதனால் இன்னும் ஒரு நாள் நாம் இங்கே தான்... இங்கே என்றால் நான் அரண்மனையிலும் நீர் இந்த எல்லையிலும் தான் தங்க வேண்டியிருக்கும்” என்றார்.

மந்திரியும் ஒப்புக்கொண்டார். “தங்கள் விருப்பம் நிறைவேறுவதற்காக நான் மாட்டுத் தொழுவத்தில் கூட தங்கத் தயார்” என்றார். சரி என்று சொல்லி விட்டு ராஜா புறப்பட, இளவரசியின் பல்லக்கும் அங்கிருந்து கிளம்பியது.

மறுநாள் பெரிய ராஜா தனது மகள் பூங்கொடியைக் கூப்பிட்டு “பூங்கொடி! பட்டாறைநாட்டு ராஜாவான சிரவணனுக்கு உன்னை ரொம்ப பிடித்துவிட்டதாம். அதனால் பெண் கேட்டு வந்ததோடு உன் சம்மதத்துக்காகவும் இங்கே தங்கியிருக்கிறார். நீயும் உன் சம்மதத்தைச் சொல்லிவிட்டால் நாங்கள் இருவருமே திருமண ஏற்பாட்டைக் கவனிக்க ரொம்ப சௌகரியமாக இருக்கும்” என்றார்.

அதற்குப் பூங்கொடியும் “அப்பா! அவராக என்னை பெண் கேட்டு வந்தாரா? இல்லை; கூட யாரையாவது கூட்டி வந்தாரா?” என்று கேட்டாள்.

அதற்கு ராஜாவும் “தனியாக வந்ததாகத்தான் சொன்னார். அதோடு நமது அரண்மனையில் அவர் மட்டும் தான் தங்கியிருக்கிறார். கூட யாராவது வந்திருந்தால் கூட்டி வந்திருக்க

மாட்டாரா?" என்று கேட்க பூங்கொடியும் "அதுதானே அப்பா. ஒரு ராஜகுமாரன் எந்த பந்தாவும் இல்லாமல் இப்படி வந்திருக்கிறாரே. ஆனாலும் அப்பா, நான் உடனே எனது சம்மதத்தைச் சொல்ல வேண்டுமா?" என்று கேட்டாள்.

"உடனே சொல்ல வேண்டுமென்று அவசியமில்லை. நீ யோசித்து பதில் சொல்" என்றார்.

பூங்கொடியும் "நான் எனது சம்மதத்திற்காக ஒருமாதம் வரை அப்பாவிடம் தவணை கொடுக்கும்படி கேட்பேன். இந்த ஒரு மாத தவணை எதற்கு என்றால் தன் வேலை ஆட்களை அனுப்பி அந்த ராசாவைப் பற்றிய எல்லா விவரங்களையும் அறிந்து கொள்ளத்தான்." என்று பூங்கொடி தன் வேலைக்காரர்கள் இருவரை அழைத்து விசயத்தைச் சொன்னாள்.

பூங்கொடி சொன்னதைக் கேட்டதும் இந்த இரண்டு வேலைக்காரர்கள் தலை குனிந்து சம்மதம் தெரிவித்தார்கள். பிறகு அப்பாவிடம் வந்து "அப்பா சிரவணராஜாவிடம் நமது இரண்டு வேலைக்காரர்களை அனுப்பி வைப்போம். அவர்கள் அவர் அரண்மனையில் ஒருமாதம் விருந்தாளிகளாகத்

தங்கிவிட்டு பிறகு இங்கே வரட்டும். அதன் பிறகு எனது சம்மதத்தைச் சொல்கிறேன்" என்றாள்.

ராஜாவும் மகளின் விருப்பத்தை சிரவண ராஜாவிடம் தெரிவித்தார். அவரும் இதற்குச் சம்மதித்துவிட்டு உடனே தன் நாட்டிற்கு புறப்பட்டார். அவருடன் கங்கன், செங்கன் என்ற இரண்டு வேலைக்காரர்களையும் அனுப்பி வைத்தார்கள். நாட்டை விட்டுப் புறப்பட்ட சிரவணராஜா ஊர் எல்லையில் இவருக்காக காத்திருந்த மந்திரியையும் அழைத்துக் கொண்டு தன் நாடு வந்து சேர்ந்தார். கங்கன், செங்கன் என்ற வேலைக்காரர்களைப் பற்றி சிரவண ராஜா யாரிடமும் மூச்சு விடவில்லை.

விருந்தாளிகளாக வந்த கங்கனுக்கும், செங்கனுக்கும் பொழுது நன்றாகவே போனது. எந்த ஒரு வேலையும் இல்லாததால் அவர்கள் சாப்பாடு, தூக்கம், ஊரைச் சுற்றிப்பார்ப்பது என்று இருந்தார்கள். அதோடு ராஜாவின் அந்தரங்க வேலைக்காரர்களுடன் நன்றாக பழகிக்கொண்டார்கள். இப்படியே ஒருபத்து நாள் போனது. வழக்கம்போல் சிரவணராஜா மந்திரியுடன் காட்டுக்கு வேட்டையாடப் புறப்பட்டார்.

இவர்கள் காட்டுக்கு வேட்டையாடப் போகும்போது வழியில் ஒரு ஆறு குறுக்கிட்டது. அந்த ஆற்றில் மழைக் காலத்தில் தான் வெள்ளம் வரும். மற்ற நாட்களில் வெறும் மணற்பரப்பு தான் இருக்கும். இப்போது கோடை காலமாதலால் அவர்கள் எந்த பயமும் இல்லாமல் ஆற்றைக் கடந்தார்கள். காட்டிற்குள் சென்று கூடாரமிட்டுத் தங்கினார்கள். இவர்கள் கூட வந்த வேலைக்காரர்கள் ராஜாவிற்கும், மந்திரிக்கும் வேண்டிய சௌகரியங்களைச் செய்து கொடுத்தார்கள். அதோடு ராஜாவிற்குத் தெரியாமலே தங்களோடு வந்து காட்டில் இருக்கும் கங்கன், செங்கனின் சௌகரியங்களையும் கவனித்துக்கொண்டார்கள். முதல் நாள் வேட்டையில் ராஜாவால் எந்த மிருகத்தையும் அடிக்க முடியவில்லை. ஆனால் மந்திரி இரண்டு சிங்கங்களை அடித்து வீழ்த்தினார். கடைசியாக ராஜா ஒரு முயலை மட்டுமே கொன்றார். இந்த விஷயம் அவர்கள் கூடச் சென்ற சில அந்தரங்க வேலைக்காரர்களுக்கு மட்டுமே தெரியும். அவர்களோடு அந்தரங்கமாகச் சென்ற கங்கனுக்கும், செங்கனுக்கும் இது தெரிந்துவிட்டது. ஆனால் வழக்கம் போல் ராஜா தானே இரண்டு சிங்கங்களையும் கொன்றதாகச் சொல்லிப் பெருமைப்பட்டுக் கொண்டார். மந்திரியால் சிறு முயலைமட்டுமே கொல்ல முடிந்தது என்று சொல்ல, எல்லோரும் ராஜாவின் வீரத்தைப் பாராட்டினார்கள்.

வேட்டை முடிந்து நாட்டிற்குப் புறப்படும் நேரம். பெரிய, பெரிய மேகங்கள் வானத்தில் பாறைகளாகத் திரண்டு வந்து உலகையே இருட்டடித்தது. மேகங்கள் திரண்டதைப் பார்த்த மந்திரி பதறினார். இந்த மழையிலிருந்து ராஜாவைக் காப்பாற்ற வேண்டுமே என்று நினைத்தவர் அதற்கேற்ப பாதுகாப்பான இடத்தைத் தேடி அலைந்தார். கடைசியாக ஒரு மலையில் ஒருவர் மட்டுமே தங்கக் கூடிய குகை இருந்தது. அந்தக் குகையில் ராஜாவிற்கு உணவிற்கும், அன்றைய தூக்கத்திற்குமான சௌகரியங்களையும் செய்து கொடுத்தார். நல்ல சாப்பாட்டோடு நல்ல படுக்கையும் அமைந்துவிட, ராஜா மழை கொட்டுவதைப்பற்றிக் கவலைப் படாமல் வயிறு நிறைய சாப்பிட்டு, குறட்டை விட்டவாறு தூங்க ஆரம்பித்துவிட்டார். ராஜா உறங்கும் வரையிலும் அவர் பக்கத்திலிருந்து உதவிய மந்திரி பிறகு வேலைக்காரர்களுக்கு உணவு சேகரித்துக்

கொடுத்து அவர்களுக்கும் அந்த மலை முழுக்கத் தேடி தூங்குவதற்கான வசதிகளைச் செய்து கொடுத்தார்.

இத்தனையையும் மற்றவர்களுக்குச் செய்து கொடுத்த மந்திரி தன் பசியைப் பற்றியோ, தூக்கத்தைப் பற்றியோ கண்டுகொள்ளவில்லை. விடியவிடிய கொட்டும் மழையில் ராஜாவிற்காக காவல் இருந்தார். பிறகு விடிந்ததும் மழையும் வெறித்தது. குகைக்குள் மழைபெய்ததே தெரியாமல் படுத்துத் தூங்கிய ராஜா விடிந்தபின் வெளியே வந்து பார்த்தவர் திடுக்கிட்டார்.

"என்ன மந்திரியாரே, விடிய, விடிய பெய்த மழையில் எங்கு பார்த்தாலும் தண்ணீர் இப்படித் தேங்கிக்கிடக்கிறதே. நாம் எப்படி நமது அரண்மனைக்குப் போவது?" என்று கேட்டார். மந்திரியும் "அதைப்பற்றி நீங்கள் எதற்காக கவலைப்படுகிறீர்கள்? தங்களை அரண்மனைக்குக் கொண்டுபோய் சேர்ப்பது என் பொறுப்பு" என்றார். அதன்படியே ராஜா வரும் வழியில் குளமாய் தேங்கிக்கிடக்கும் தண்ணீரை வெட்டிப் பாதையைச் சீரமைத்தார். பிறகு ராஜா ஆற்றைக் கடப்பதற்கு ஒரு பரிசல்

செய்தார். மற்றும் உடன் வந்த வேலைக்காரர்களுக்கும் எல்லா உதவிகளையும் செய்தார்.

வெறும் மணற்பரப்பாய் கிடந்த ஆற்றில் நேற்று இரவு பெய்த மழையால் வெள்ளம் கரைபுரண்டு ஓடியது. எல்லோருமே ஒரு பரிசலில் போக முடியாது என்று அறிந்த மந்திரி அங்கிருந்த மரங்களை வெட்டி மிதப்புக் கட்டைகள் செய்தார். பிறகு ஒவ்வொருவரையும் பாதுகாப்பாகவும், கவனமாகவும் திப்புக்கட்டையில் ஏற்றி அக்கரையில் சேர்த்துவிட்டு ராஜா ஏறிய பரிசல் அக்கரையை அடைய, இவர் அரசர் கூடவே நீரில் நீந்தி வந்தார்.

பரிசலில் ஏறிக் கரையை அடைந்த ராஜா வழக்கம் போல் மந்திரியை நனையாத உடைகளை உடுத்திக் கொள்ளும்படி சொல்லிவிட்டுத் தன் உடைகளை நீரில் நனைத்து உடுத்திக்கொண்டார். பிறகு தன் அந்தரங்க வேலைக்காரர்களிடம் உங்களையெல்லாம் பாதுகாத்து அக்கரை சேர்த்தவன் நான். எதற்குமே உதவாமல் வெறும் தூண்கல்லாக நின்றிருந்த மந்திரிக்காகவென்றே ஒரு பரிசல் அமைத்து அவரையும் அக்கரைசேர்த்தவன் நான் என்று எல்லோரும் சொல்லவேண்டும்" என்றார்.

பிறகு எல்லோரும் அரண்மனைக்கு வந்தார்கள். அவர்கூடவே வந்த வேலைக்காரர்கள் ராஜா செய்த உதவிகளையெல்லாம் மக்களிடம் சொல்ல, அனைவரிடமும் ராஜாவின் புகழ் இன்னும் அதிகமாகப் பரவியது.

மறுநாள் விடியுமுன்பே ஆற்றில் பெருக்கெடுத்த வெள்ளம் ஊருக்குள் புகுந்துவிட்டது. விடியும் நேரமாதலால் வெள்ளம் வந்தது கூடத் தெரியாமல் மக்கள் அனைவரும் உறக்கத்திலிருக்க, வெள்ளம் ஊரையே வளைத்துக் கொண்டது. சிரவணராஜா அரண்மனையில் நன்றாக உறங்க-மந்திரி வழக்கம்போல் ஆடு, மாடு, மக்களையும் வெள்ளத்தில் அடித்துச் செல்லவிடாமல் காப்பாற்றினார்.

இந்த மாதிரி சமயங்களில் அவர் ராஜா அணியும் உடைகளை அணிய வேண்டுமென்று ராஜா கட்டளை இட்டிருந்தார். அதன்படியே மந்திரியும் ராஜா உடையில் இருக்க மக்களும் தங்களுக்கு உதவியது ராஜாதான் என்று நம்பினார்கள்.

பாவம், அவர்கள் இன்னும் ராஜா முகத்தையே சரியாகப் பார்த்தறியாதவர்கள். அரண்மனையிலும் ராஜா எந்த ஒரு வேலையும் செய்யாமல் வேளைக்கு வேளை நன்றாகச் சாப்பிட்டு, பஞ்சணையில் படுத்து உறங்கினார். மந்திரி எல்லா பொறுப்புகளையும் தான் ஏற்றுக்கொண்டு நிற்கக்கூட நேரமில்லாமல் உழைத்தார்.

இதற்குள் ஒரு மாதம் ஆகிவிட்டது. கங்கனும், செங்கனும் தங்களுக்கு விடையளித்து தங்கள் நாட்டிற்கு அனுப்பி வைக்கும்படி ராஜாவைக் கேட்டுக் கொண்டார்கள். உண்மையிலேயே ராஜா அவர்களை மறந்து போய்விட்டார். தன்னுடைய சுகத்தைப்பற்றியே நினைத்திருந்த ராஜா அவர்களை மறந்து போனதில் ஆச்சரியம் இல்லை. ரகசியமாக மந்திரியைக் கூப்பிட்டு "இவர்கள் யார்?" என்று கேட்டதை எப்படியோ கங்கன் அறிந்துகொண்டான். மந்திரியும் இவர்களைப் பற்றிச் சொன்னபிறகு ராஜா சுதாரித்தவாறு அவர்களின் மூலமாக பூங்கொடிக்கு பரிசுகள் கொடுத்தார். அதோடு திருமண நாளையும் சீக்கிரமே குறித்து அனுப்ப வேண்டுமென்று கேட்டுக் கொண்டார்.

கங்கனும், செங்கனும் ஊர் வந்து சேர்ந்தார்கள். பூங்கொடி அவர்களைச் சந்திக்க ஆவலோடு இருந்தாள். சிரவணராஜா கொடுத்த பரிசுப்பொருள்களை வணக்கத்தோடு பூங்கொடியிடம் நீட்டியபோது "பரிசுப் பொருள்கள் இருக்கட்டும். முதலில் அங்கே நடந்ததைச் சொல்லுங்கள்" என்றாள். இவர்களும் தாங்கள் போனதிலிருந்து திரும்பி வரும்வரை நடந்த விஷயங்கள் அனைத்தையும் ஒன்றுவிடாமல் கூறினார்கள்.

எல்லாவற்றையும் கேட்டுக் கொண்டிருந்த பூங்கொடி, தன் அப்பாவிடம் "பார்த்தீர்களா அப்பா, ஊர் எல்லையில் மந்திரியை இந்த ராஜா தங்க வைக்கும்போதே நான் சந்தேகப்பட்டேன். இப்போது தான் தெரிகிறது, ராஜா அடுத்தவர் உழைப்பில் குளிர் காய்கிறார் என்பது" என்றாள்.

ராஜாவும் மகள் சொன்னதை ஆமோதித்தார். அவருக்குச் சிரவண ராஜாமீது வெறுப்பு வந்தது. "சரி பூங்கொடி, இன்றே இந்தத் திருமணத்தில் எனது மகளுக்கு விருப்பமில்லை என்று சொல்லி அனுப்பிவிடுகிறேன்" என்றார்.

பூங்கொடியும் "அப்பா! ராஜா வைத்தான் எனக்குப் பிடிக்கவில்லை. ஆனால் எந்த பிரதிபலனும் பார்க்காமல் மக்களுக்காகவும், ராஜாவுக்காகவும் எந்த நேரமும் உழைத்துக் கொண்டிருக்கும் அந்த மந்திரியை எனக்குப் பிடித்திருக்கிறது. ஒரு ராஜாதான் எனக்குக் கணவனாக வரவேண்டும் என்று ஏன் நினைக்கிறீர்கள்? ஒரு நல்ல மந்திரி எனக்கு கணவனாக வந்து அவர் உழைப்பால், திறமையால் ஒரு ராஜாவாக ஆகக்கூடாதா?" என்றாள்.

மகளின் புத்திக் கூர்மையைப் பாராட்டிய ராஜா "உன் விருப்பப்படியே மந்திரிக்கும், உனக்கும் திருமணத்தை நடத்தி வைக்கிறேன்" என்றார்.

பூங்கொடியும் "அப்பா மந்திரிதான் எனது மண வாளன் என்று முதலில் சொல்லாதீர்கள். இருவரையுமே நமது ஊர் எல்லைக்கு வரச் சொல்லுங்கள். நான் அங்கே மாலையோடு காத்திருக்கிறேன். அவர்கள் அங்கே வந்தபிறகு நான் மந்திரிக்கு மாலையிட்டு எனது கணவராக்கிக் கொள்கிறேன்" என்றாள்.

மகள் விருப்பப்படியே ராஜா சிரவணராஜாவிற்கு

அழைப்பு விட்டார். அதோடு கூடவே கண்டிப்பாக மந்திரியை அழைத்துவரும்படி கட்டளையிட்டார்.

மந்திரியை அழைத்து வரச்சொன்னது ராஜாவிற்கு கொஞ்சமும் பிடிக்கவில்லை. தனது திருமணத்திற்கு இந்த மந்திரி எதற்கு? என்று நினைத்தார். ஆனாலும் பெரிய ராஜா வார்த்தையை மீற முடியாமல் மிகச் சாதாரண உடையில் தன்னோடு வரும்படி மந்திரிக்கு உத்தரவிட்டார். மந்திரியும் வழக்கப்படி எந்த அணிகலனும் இல்லாமல் ரொம்பச் சாதாரண உடையில் வர, சிரவண ராஜா பகட்டான ஆடை, அலங்காரங்களும், தங்க நகைகளுமாகப் படைகள் சூழ அதிகாரத்தோடு வந்தார்.

ஊர் எல்லையில் மேளம் முழங்கக் கையில் மாலையோடு காத்திருந்த பூங்கொடி தன் மாலையை மந்திரியின் கழுத்தில் சூட்டியதோடு மந்திரியின் கரத்தையும் பற்றினாள். இதைக் கண்ட சிரவணராஜா திடுக்கிட்டார்.

"மந்திரி... என்ன இது?" என்று கோபத்தோடு கேட்டவாறு வாளை உருவ; மந்திரி, ராஜாவைத் தலை குனிந்து வணங்கினார்.

பிறகு "மன்னிக்க வேண்டும் மகாராஜா. இப்படி நடக்கும் என்று எனக்குச் சத்தியமாகத் தெரியாது. ஆனாலும் ஒரு மனிதன் அடுத்தவனின் நிழலில் எப்போதும் இரவல் வாழ்க்கை வாழ முடியாது என்பதற்கு இந்தத் திருமணம் தான் உதாரணம். ஒரு நாட்டுக்கு ராஜாவான தங்களைத் தேர்ந்தெடுக்காமல் பூங்கொடி ஒரு சாதாரண மந்திரியான என்னை ஏன் தன் கணவராக தேர்ந்தெடுத்தார் என்பதற்கு தயவு செய்து அவரே விளக்கம் கூறட்டும்" - என்று சொல்ல...

பூங்கொடி ஊர் எல்லையில் முதன் முதலாக மந்திரியை சந்தித்ததிலிருந்து கங்கனும், செங்கனும் இன்றுவரை சொல்லிய விஷங்களையெல்லாம் உரைத்தபோது சிரவண ராஜாவுக்கு அவமானம் தாங்க முடியவில்லை. அடுத்தவர்களின் உழைப்பில் வாழ்ந்தவாறு தன்னை என்னதான் பகட்டாக காட்டிக் கொண்டாலும் அந்தப் பகட்டு ஒருநாளும் நீடித்து நிலைக்காது என்று உணர்ந்தார்.

அன்றிலிருந்து உழைப்புக்கு முக்கியத்துவம் கொடுக்க வேண்டுமென்று தீர்மானித்ததோடு மந்திரிக்கும், பூங் கொடிக்கும் சந்தோசமாய் திருமணத்தையும் முடித்துவைத்தார்.

கதை சொன்னவர்: பாரததேவி, சொக்கலிங்கபுரம்

73

அறிவு தந்த வெற்றி!

அந்த ஊரில் இரண்டு விவசாயிகள். ஒருவர் முத்து. இன்னொருவர் ரத்தினம். ரத்தினம் வசதி படைத்தவர். ஏராளமான நிலபுலன்கள். ஆடம்பரமாக வாழ்பவர்.

முத்து வசதியில்லாதவர். ஏழையான அவருக்கு கொஞ்சம் நிலம் உண்டு. அந்த நிலமும் ரத்தினத்தின் நிலங்களுக்கு அருகே உள்ளது.

ஒரு நாள் ஏதோ காரணமாக முத்துவைத் தன் நிலத்தில் தங்க வேண்டிய சூழ்நிலை. அதுவும் இரவு நேரத்தில்.

அவரோடு அவர் வளர்த்துவந்த பெண்குதிரையும் அந்த நிலத்தில் தங்கியது. அந்தப் பெண்குதிரை கர்ப்பமாக இருந்ததால், முத்து அதன் அருகிலேயே இருந்தார். வேறு யாரும் துணைக்கு இல்லாததால் தூங்காமல் இருந்தார்.

ரத்தினமும் அன்று இரவு தன் நிலத்தில் தங்கி இருந்தார். அதுவும் முத்துவின் நிலத்தின் வெகு அருகிலேயே இருந்தார். தன்னுடைய ஆண்குதிரையோடும் வண்டியோடும் அவர் இருந்தார்.

நடு இரவு - முத்து அவரையும் அறியாமல் தூங்கிவிட்டார். பெண்குதிரை அந்த நேரம் பார்த்துக் குட்டி போட்டுவிட்டது.

குளிர் தாக்கிய அந்த இரவில், குட்டி மெதுவாக நடந்த சென்று, பக்கத்தில் இருந்த ரத்தினத்தின் நிலத்துக்குள் போய்விட்டது. வண்டிக்கு அடிப்புறத்தில் சென்று படுத்துக் கொண்டுவிட்டது.

காலை எழுந்தவுடன் முத்து எழுந்து பார்த்தார். தனது பெண் குதிரை குட்டி போட்டுவிட்டதைத் தெரிந்துகொண்டார். சுற்று முற்றும் தேடிப் பார்த்தார். குட்டியைக் காணவில்லை. மிகவும் கவலையுடன் இருந்தார்.

வண்டியின் மேற்புறத்தில் சுகமாகப் படுத்துத் தூங்கிய ரத்தினம் எழுந்தார். வண்டியின் கீழே பார்த்தார். அங்கே ஒரு அழகான குதிரைக் குட்டி.

ரத்தினத்திற்கு விஷயம் புரிந்துவிட்டது. முத்துவின் குதிரைக் குட்டிதான். அவரின் மூளை வேலை செய்தது. அந்தக் குதிரைக் குட்டியைச் சொந்தமாக்கிக் கொள்ள வேண்டும் என்று நினைத்தார்.

ரத்தினம் கையைத் தட்டி - முத்துவைக் கூப்பிட்டார். கவலையோடு இருந்த முத்து எழுந்தார். ரத்தினத்தின் நிலத்திற்கு வந்தார்.

ரத்தினம் சொன்னார். "முத்து! பார்த்தாயா! நேற்று இரவு என்னுடைய குதிரை வண்டி ஒரு அழகான குட்டி போட்டு இருக்கிறது!"

குரலில் பெருமிதம் இருந்தது.

முத்து வண்டியின் கீழே பார்த்தார். குதிரைக் குட்டி அங்கே படுத்து இருந்தது. முத்துவுக்கு என்ன சொல்வது என்று தெரியாமல் மனம் கலங்கினார்.

“ஐயா! அது என்னுடைய குதிரைக் குட்டி. அதை உங்கள் வண்டி போட்ட குதிரைக் குட்டி என்கிறீர்களே! இது நியாயமா?”

கெஞ்சும் குரலில் பணிவாகச் சொன்னார்.

“இது என்னுடைய குதிரைக் குட்டி. இதைப்பற்றி எதுவும் பேசாதே! உன்னால் என்ன செய்ய முடியுமோ செய்து கொள்!” ஆணவத்துடன் ரத்தினம் கத்தினார்.

முத்து ஏழை! என்ன செய்ய முடியும்? வழக்கு நீதிபதியிடம் சென்றது.

நீதிபதி ஒரு வித்தியாசமான மனிதர். விடுகதைகள் போடுவார். அதற்கு விடைகள் சரியாகச் சொன்னால்தான் தீர்ப்பு.

அங்கே வந்து இருந்த ரத்தினத்திடமும் - முத்துவிடமும் நீதிபதி நான்கு விடுகதைகளைச் சொன்னார். யார் சரியான விடைகளைச் சொல்கிறார்களோ அவருக்கே குதிரைக் குட்டி சொந்தம் என்று சொல்லிவிட்டார்.

ரத்தினத்திற்கு ஒரே சந்தோஷம். குதிரைக் குட்டி தனக்குத்தான் கிடைக்கும் என்று நம்பினார். தன் தாய் பேரப்பிள்ளைகளுக்கு கதைகளும் - விடுகதைகளையும் சொல்லுவதை அவர் பலமுறை கேட்டிருக்கிறார்.

இந்த நான்கு விடுகதைகளுக்கும் தன் தாய் சுலபமாக விடைகள் சொல்லிவிடுவாள். அப்புறம் என்ன கவலை?

வீட்டிற்கு வேகமாய்ப் போனார். தன் தாயிடம் நீதிபதி சொன்ன நான்கு விடுகதைகளையும் சொன்னார்.

“உலகத்தில் வேகத்திலும் பலத்திலும் மிஞ்சியது எது?” ரத்தினம் முதல் விடுகதையைச் சொன்னார். அவர் தாய் சிரித்தாள்.

அவர் தாய் சிரித்தாள்.

“ப்பூ! இது கூடவா உனக்குத் தெரியாது. ஏண்டா! நம் குதிரை இருக்கிறதே. அதன் வேகத்திற்கும் - பலத்திற்கும் உலகத்தில் மிஞ்சியது எது இருக்கிறது? சாட்டையைச் சொடுக்கினால் என்னமாய்ப் பறக்கும்!”

பதிலைக் கேட்டதும் ரத்தினம் அசந்துவிட்டார். “நமக்கு இது மூளையில் எட்டடவே இல்லையே” தன் தாயின் அறிவை எண்ணி ஆச்சரியப்பட்டார்.

“அடுத்த விடுகதை என்ன? சொல்லு!” தாய் கேட்டாள். ரத்தினம் சொன்னார். “எல்லாவற்றையும் விட கொழுத்தது எது?”

“நம் வீட்டுக் கன்றுக் குட்டி இருக்கிறதே! அதைப் பார்! இரண்டு வருடம் கழித்துப் பார்த்தால் அது எழுந்து நடக்கவும் முடியாத அளவுக்குக் ‘கொழு கொழு’ என்று கொழுக்கப் போகிறது. இதைவிட கொழுத்ததை வேறு எங்கேயும் - யாராலும் பார்க்க முடியாது”

தாயின் இந்தப் பதிலைக் கேட்டதும், “அடேயப்பா! அம்மாவிற்குத்தான் எவ்வளவு அறிவு?” மனதுக்குள் நினைத்து நினைத்துப் பரவசப்பட்டாடர்.

“அடுத்த விடுகதை, இதுதான் அம்மா! அதி மென்மையானது எது?” ரத்தினம் சொல்லி முடிப்பதற்குள் அவள் குறுக்கிட்டாள்.

“டேய்! என்னடா விடுகதை? நான் இப்போது உட்கார்ந்து பேசிக்கொண்டிருக்கிறேனே என்னுடைய இந்த இறகு மெத்தையை விட மென்மையானதை ஈரேழு பதினான்கு உலகங்களிலும் பார்க்கவே முடியாது!” வெகு அலட்சியமாகப் பதில் சொன்னாள்.

“கடைசியாக ஒரே ஒரு விடுகதை. மிகவும் இனிமையானது எது?”

“டேய்! ரத்தினம்! இதுகூடவா நான் சொல்லணும். உன் பிள்ளைகள் - என் பேரப் பிள்ளைகளுக்கு நிகராக இனிமையில் யார் உண்டு?” என்று சொல்லிவிட்டு கைகொட்டிச் சிரித்தாள்.

ரத்தினத்திற்கு குதிரைக் குட்டியை நீதிபதி “உனக்குத் தான் சொந்தம்!” என்று சொல்கிற மாதிரி ஒருகாட்சி நிழலாடியது.

முத்து என்ன செய்தார்? “எத்தனை ஆண்டுகள் முயற்சி செய்தாலும் இந்த விடுகதைகளுக்கு விடை கண்டுபிடிக்க தம்மால் முடியாது” என்று எண்ணி கலங்கித் தவித்தார்.

சோர்ந்து போய் வந்த தந்தையைப் பார்த்தாள் மகள் எழிலரசி. “உங்களுடைய கவலைக்குக் காரணம் என்ன?” எழிலரசி தந்தையிடம் கேட்டாள்.

முத்து எல்லா விபரங்களையும் விளக்கிச் சொன்னார். நீதிபதி சொன்ன நான்கு விடுகதைகளையும் மகள் எழிலரசியிடம் சொன்னார்.

“தந்தையே! கவலையை விடுங்கள்! விடுகதைகளுக்கு நான் விடைகள் சொல்கிறேன்! உண்மை எப்போதும் வெற்றி பெறும்!” எழிலரசி சொன்னாள்.

மகளையே இமை கொட்டாமல் பார்த்தார். அழகும் - அறிவும் மிக்கவள் மகள் எழிலரசி. இது அவ ருக்கு நன்றாகவே தெரியும்.

ஆனாலும் அவருக்குள் ஒரு தயக்கம்.

‘விடைகள் அவளால் சொல்ல முடியுமா?’

எழிலரசி விடைகளைச் சொன்னாள்.

"முதல் விடுகதைக்கு இதுதான் விடை. வேகத்திலும் பலத்திலும் காற்றை மிஞ்சியது ஒன்றும் இல்லை."

முத்து ஆச்சரியத்துடன் பார்த்தார். மகளின் அறிவு அவருக்குள் நம்பிக்கையை துளிர்க்க வைத்தது.

இரண்டாவது விடுகதைக்குப் பதில் இதுதான்!

"கொழுத்ததும் பெரிதினும் பெரிதும் பூமியை விட வேறு எது இருக்க முடியும்?" இந்த பூமி தாய் போன்றவள். அவள் ஊட்டி வளர்க்கும் எந்த உயிர் பூமியை விடக் கொழுத்துவிட முடியும்?"

மகளின் இந்தப் பதில் முத்துவிற்கு மகிழ்ச்சியை ஏற்படுத்தியது. இரண்டு விடுகதைகளுக்குப் பதில் கிடைத்துவிட்டது.

"மூன்றாவது-நான்காவது விடுகதைகளுக்கு விடை?"

மகளைப் பார்த்தார். எழிலரசி சிந்திக்க கொஞ்ச நேரம் அவகாசம் எடுத்துக்கொண்டாள். முத்து தவித்துப் போய்விட்டார்.

எழிலரசி "மளமள"வென்று விடைகளைச் சொன்னாள்.

"என்னதான் இலவம் பஞ்சால் ஆன மெத்தை - பறவைகளின் இறகுகளால் ஆன

மெத்தை என்றாலும் தலை சாய்த்துப் படுக்கத் தன் கையை விட மெத்தென்று இருக்கும் மென்மையானது - வேறு எதுவுமே இல்லை.

நல்ல தூக்கம். அதில் வரும் நல்ல கனவு. இனிமையின் எல்லையே இதுதான்"

எழிலரசியின் பதில்கள் முத்துவிற்கு மனதை மயிலிறகால் வருடுவது போன்ற மென்மையான உணர்வு ஏற்பட்டது.

மறுநாள். நீதிபதியின் முன்னே ரத்தினமும் - முத்துவும் இருந்தனர். ரத்தினம் தம்முடைய விடைகளைச் சொன்னார். ஏதோ யாருமே கண்டு பிடிக்க முடியாத விடைகளைச் சொல்வது போலச் சொன்னார்.

ஆணவத்துடன் அவர் சொன்ன பதில்களைக் கேட்ட நீதிபதி முகம் சுழித்தார். ரத்தினத்தின் விடைகளை நிராகரித்து விட்டார்.

முத்து பணிவாக நீதிபதிக்கு வணக்கம் சொன்னார். பதில்களை மென்மையான குரலில் அடக்கத்துடன் சொன்னார். மகள் சொன்ன வார்த்தைகளை மாற்றாமல் அப்படியே சொல்லி முடித்தார்.

நீதிபதிக்கு ஒரே ஆச்சரியம். முத்துவின் பதில்களில் காணப்பட்ட அறிவின் வெளிச்சம் அவரைத் திகைக்க வைத்துவிட்டது.

"குதிரைக் குட்டியை முத்துவிடம் கொடுத்துவிட வேண்டியதான்." நீதிபதி முடிவு செய்துவிட்டார். ஆனாலும் அவருக்கு ஒரு சந்தேகம்.

முத்துவைப் பார்த்தால் அவ்வளவு அறிவு நிரம்பப் பெற்றவர் போலத் தெரியவில்லையே!

"முத்து! நீங்கள் சொன்ன விடைகள் மிகச் சரியானவை. ஆனால் இந்த விடைகளை நீங்களே கண்டுபிடித்துச் சொன்னீர்களா? இல்லை. வேறு யாராவது சொல்லிக் கொடுத்தார்களா?" கேட்டார் நீதிபதி.

முத்து சொன்னார். "ஐயா! என் மகள் எழிலாசிதான் இந்த விடைகளைச் சொன்னவள்!"

“அவ்வளவு அறிவு உள்ளவளா உன் மகள்!” நீதிபதி கேட்டார்.

“நேற்றுத்தான் அவளுடைய அறிவை நானே தெரிந்து கொண்டேன்!” என்றார் முத்து.

“நானும் அவள் அறிவைச் சோதித்துப் பார்த்து விடுகிறேன்! நூறு கோழி முட்டைகளை உன்னிடம் கொடுக்கப் போகிறேன். இந்த நூறு முட்டைகளிலிருந்தும் நூறு கோழிக் குஞ்சுகளை உன் மகள் நாளை இங்கே கொண்டு வரவேண்டும்” என்றார் நீதிபதி.

முத்து அதிர்ந்து போய்விட்டார். விடுகதைகளுக்கு விடைகள் சொன்னால் குதிரைக் குட்டி கிடைக்கும் என்று நினைத்தால் இன்னும் ஒரு விடுகதையா?

கவலையோடு முத்து வீடு வந்தார். மகள் எழிலரசி சுற்றும் முற்றும் பார்த்தாள். குதிரைக் குட்டியைக் காணோமே!

நடந்தது என்னவென்று விசாரித்தாள். “விடைகள் சரியானதுதான். சொன்னவுடன் நீதிபதி ஒப்புக்கொண்டார். குதிரைக் குட்டியைக் கொடுப்பார் என்று பார்த்தால் உன் அறிவைச் சோதித்துப் பார்க்க வேண்டுமாம்!

“இதோ பார் ! நூறு கோழி முட்டைகள். முட்டைகளிலிருந்து நூறு கோழிக் குஞ்சுகளை நாளை நீ நீதிமன்றத்திற்கு எடுத்து வரவேண்டுமாம்! எப்படி இருக்கிறது பார்! இதெல்லாம் நடக்குமா எழிலரசி!” வருத்தத்துடன் சொன்னார் முத்து.

“இதற்குப் போய் வருத்தப்படலாமா அப்பா! நூறு கோழிக் குஞ்சுகள் தானே. நாளையே நீதிபதியிடம் கொண்டுவரத் தயார்! ஆனால் ஒரு நிபந்தனை. ஒரே நாளில் உழுது விதைக்க வேண்டும். அன்றே அறுவடை செய்யவேண்டும். அந்த அறுவடை செய்த தானியத்தைத் தான் இந்தக் கோழிக் குஞ்சுகள் தின்னும். இப்படிப்பட்ட தானியம் கிடைக்குமா என்று நீதிபதியிடம் கேட்டு வந்து சொல்லுங்கள்.”

எழிலாசி சொல்லிவிட்டு சமையல் அறைக்குள் சென்று விட்டாள்.

மாலை நேரத்தில் நீதிபதியை வீட்டில் சந்தித்தார் முத்து. எழிலரசியின் நிபந்தனையைச் சொன்னார்.

நீதிபதி கேட்டவுடன் மிகவும் மகிழ்ச்சி அடைந்தார்.

“உன் மகள் எழிலரசி உண்மையிலேயே அறிவு நிரம்பியவள் தான். சந்தேகமே இல்லை. நாளை அவளை அழைத்துக் கொண்டு வா! நான் அவளை நேரில் பார்க்க வேண்டும்.”

மறுநாள் நீதிபதியின்முன் முத்துவும் அவர் மகள் எழிலரசியும் வந்து நின்றார்கள்.

நீதிபதி எழிலரசியின் அழகைக் கண்டு வியந்து போனார். அழகும் அறிவும் ஒன்றாக இருப்பதை அன்றுதான் அவர் பார்த்தார்.

இப்போதும் அவருக்கு ஒரு சந்தேகம். வசதியில்லாத - ஏழை முத்து, எப்படி குடும்பம் நடக்கிறது? வழக்கம் போலவே கேள்வி கேட்டார்.

“எழிலரசி! உன் தந்தை ஏழையாயிற்றே? எப்படிப் பிழைப்பு நடத்துகிறீர்கள்?”

நீதிபதிக்கு சரியான பதில் தரவேண்டும் என்று எழிலரசி நினைத்தாள். விடுகதை அவருக்கு மட்டும்தானா சொந்தம்?

“எங்கள் பிழைப்பைப் பற்றிக் கேட்கிறீர்களா ஐயா! அது ஒன்றும் பிரமாதமான காரியம் இல்லை.

நீரோடாத ஆறு. அதன் கரை மேல நெடுக ஓடியே மீன் பிடிப்பார் என் தந்தை.

வலை ஒன்றும் கொண்டு போக மாட்டார். கொம்பில் மாட்டிய சின்னச் சின்ன ஓட்டைகள் உள்ள துணியை வலையாக மாற்றுவார். அதைக் கையில் ஆட்டியபடியே ஓடுவார்.

அதில் ஏகப்பட்ட பெரிய பெரிய மீன்கள் வலையில் சிக்கும். அதை அப்படியே அள்ளிக்கொண்டு வந்து என்னிடம் தருவார். நான் அந்த மீன்களை எல்லாம் வெயில் சூட்டில் வேகவைத்து விடுவேன். பிறகு என்ன? சாப்பிடுவோம்.''

இதைக் கேட்டதும் நீதிபதிக்குக் கோபம் வந்துவிட்டது. ''என்னை என்ன முட்டாள் என்று நினைத்துவிட்டாயா? வற்றிப் போன ஆறாம். அதில் மீன்கள் நிறையக் கிடைத்ததாம். அது எப்படித் தண்ணீர் இல்லாமல் மீன்கள் இருக்கும்? நீ புத்திசாலி-அறிவுள்ளவள் என்று நினைத்தேன். சிறு பிள்ளைபோல உளறுகிறாயே!''

''ஐயா! என்னை மன்னிக்கவேண்டும். நான் ஒரு கேள்வி கேட்கிறேன். அதற்குப் பதில் சொல்லுங்கள்.

''எங்கேயாவது வண்டி குதிரைக் குட்டியைப் பெற்றெடுக்குமா?"

நீதிபதி சொன்னார். ''உண்மையிலேயே நீ ஒரு மகா புத்திசாலிதான். அறிவினால் என்னை வென்றுவிட்டாய்'' மகிழ்ச்சியோடு இதைச் சொன்னார்.

ரத்தினத்திற்கு தண்டனை கொடுத்தார். முத்து குதிரைக் குட்டியைத் திரும்பப் பெற்றார்.

நீதிபதி இன்னொரு காரியத்தையும் செய்தார். முத்துவையும் எழிலரசியையும் தன்னுடைய சொந்தக்காரர்களாக ஆக்கிக் கொண்டார்.

இதென்ன விடுகதை? வேறொன்றுமில்லை. எழிலரசியை தன் மகனுக்குத் திருமணம் செய்தார்.

முத்து சம்பந்தி. எழிலரசி மருமகள். சரிதானே!

கதைசொன்னவர்: சக்திபானு

74

கொழுக்கட்டைகள் யாருக்கு?

கணவன் மனைவி என்றால் அப்படி ஒரு பொருத்தமான ஜோடி. கணவன் எது சொன்னாலும் அதை அப்படியே அவள் கேட்பாள். மனைவி சொல்வதை அவன் கேட்டு அதன்படியே நடப்பான்.

தங்கள் இருவரைப்பற்றியுமே எப்போதுமே நினைப்பார்கள்; அதைப் பற்றியே பேச்சு - நடப்பு எல்லாமே.

சாப்பாடு செய்தால் இருவருக்கு மட்டுமே. அதிலும் சம பங்கு. மிச்சம் மீதி வைக்கவே மாட்டார்கள். இப்படிப்பட்ட நிலையில் தூரத்துச் சொந்தக்காரன் ஒருவன் அன்று வந்து விட்டான்.

அன்று ஏதோ விசேஷம். மத்தியான உணவாக கொழுக் கட்டைகள் அவள் செய்து வைத்திருந்தாள். அதுவும் ஆளுக்கு மூன்றாக ஆறே கொழுக்கட்டைகள். ரொம்பச் சுவையாகச் செய்திருந்தாள்.

சாப்பிடப்போகும் நேரத்தில்தானா அந்தச் சொந்தக் காரன் வந்து சேரவேண்டும்? அவனை கணவன் கூடத்தில் உட்காரச் சொன்னான். உள்ளே வந்த கணவனை அவள் கடிந்து கொண்டாள்.

“வாசற்படியிலேயே அவனை அனுப்பி வைத்து விடுவது தானே?” என்றாள்.

அவன் சொன்னான். “உனக்கு அவனைப் பற்றித் தெரியாது! அவன் ஊரில் போய் இல்லாது பொல்லாததை எல்லாம் சொல்லுவான். அப்புறம் நாம் ஊரில் தலைகாட்ட முடியாது! விடு! அவனை எப்படியாவது போகச் செய்து விடுவோம்!”

கணவன் யோசனை செய்தான். மனைவியிடம் சொன்னான். "நமக்குள்ளே சண்டை வந்தது மாதிரி பாவனை செய்யலாம். நான் உன்னை அடிக்கிற மாதிரி அடிப்பேன். நீ அழுவது போல அழவேண்டும். ஓ'வென்று நீ அழுகிற சத்தம் கேட்டால் போதும் துண்டைக் காணோம். துப்பட்டியைக் காணோம்னு அவன் சொல்லாமலே போய் விடுவான்".

மனைவிக்கு சொல்லவா வேண்டும்? அவன் போய் விடுவதைக் கற்பனை செய்தாள். அவளுக்குச் சிரிப்புத் தாளவில்லை. அவனும் சேர்ந்து சிரித்தான்.

கணவன் அவளை அடிப்பது போல நடித்தான். பட்பட் டென்று சத்தம் பலமாகக் கேட்டது.

மனைவி அழுது கூக்குரல் போட்டாள். ஐய்யோ! என்னை இப்படிப் போட்டு அடிக்கிறாரே! கேட்பதற்கு யாருமே இல்லையா! ஐயோ! அம்மா! தாங்க முடியவில்லையே!" நடிப்பு தத்ரூபமாக இருந்தது.

அடிப்பதை அவன் நிறுத்தினான். மெல்ல கூடத்தை எட்டிப்பார்த்தான். வந்த சொந்தக்கார விருந்தாளியைக்

காணோம். சந்தோஷம் தாங்கவில்லை அவனுக்கு. ஆனாலும் அவனுக்கு ஒரு சந்தேகம்.

"ஒருவேளை வாசற்படிக்கு அருகில் நின்றிருந்தால்" வாசலுக்கு வந்தான். தெருவின் இருபுறமும் பார்த்தான். ஒரு ஆள்கூட காணவில்லை.

கணவன் உள்ளே வந்தான். மனைவியிடம் விருந்தாளி போய்விட்ட சேதியைச் சொன்னான். தங்கள் சாமர்த்தியமான நடிப்பை நினைத்து நினைத்துச் சிரித்தார்கள்.

ஒரே சந்தோஷம்!

கணவன் அவளைப் பார்த்துச் சொன்னான் "பார்த்தியா என் சாமர்த்தியத்தை! நோகாம எப்படி அடிச்சேன். ஒரு சின்ன அடி கூட உன் மேலே படலை!"

மனைவி சும்மா இருப்பாளா, "அட நீங்க ஒண்ணு. நிஜமாவே அடி வாங்கினவ கூட இப்படி அழுதிருக்கமாட்டாள். அடிபடாமலே நான் எப்படி ஓ'ன்னு கத்திக் கூக்குரல் போட்டேன். அதைக் கேட்டுத்தான் வந்த விருந்தாளி ஓடிப்போனார்".

பெருமையாகச் சொன்னாள். "நான் மட்டும் என்னவாம்! நானும் போகாமயே இங்கேதானே இருக்கிறேன்" என்று திடீரென்று குரல் கேட்டது.

குரல் கேட்டு அதிர்ச்சி அடைந்து கணவனும் மனைவியும் திரும்பிப் பார்த்தார்கள்.

பக்கத்தில் இருந்த குதிருக்குள் இருந்த வெளியே குதித்தான், அந்த விருந்தாளி.

அவன் சொன்னான்: "தற்செயலாக அந்தப்பக்ம் வந்தபோது நீங்கள் இருவரும் பேசிக் கொண்டது என் காதில் விழுந்தது. நோகாமல் அடிக்கிறது. ஓயாமல் அழுவதும் என்று நீங்கள் பேசினீர்கள். அப்போதே நானும் முடிவு பண்ணிட்டேன், போகாமல் இருந்து விடுவது என்று."

கணவன் அவனைப் பார்த்தான். மனைவி அவனைப் பார்த்தாள். வந்த விருந்தாளியைப் பார்க்க வெட்கப்பட்டுத் தலைகுனிந்தார்கள். வந்த சொந்தக்கார விருந்தாளி சொன்னான்.

“கருமித்தனத்திலேயே கடைந்தெடுத்த கருமிகள் நீங்கள். உங்கள் சோறு யாருக்கு வேண்டும்?” விருந்தாளி போய்விட்டான்.

சமையல் அறைக்குள் வந்தாள் மனைவி. அடுக்களையில் தட்டில் வைக்கப்பட்டிருந்த கொழுக்கட்டைகளில் ஒன்றைக் காணோம். வாயில் கவ்விய கொழுக்கட்டையுடன் நாய் ஒன்று புழக்கடைப் பக்கம் ஓடுவதைப் பார்த்தாள்.

புழக்கடைக் கதவை மூட மறந்துவிட்டாள். திறந்த வீட்டில் நாய் நுழைந்து கொழுக்கட்டையைக் கவ்விச் சென்று விட்டது.

ஆறு கொழுக்கட்டைகளில் ஒன்று போய்விட்டது. மீதம் ஐந்தே ஐந்து கொழுக்கட்டைகள் தான். வழக்கம்போல மிச்சம் மீதி வைக்காமல் சரிசமமாகச் சாப்பிட வேண்டும். எப்படிப் பங்கு வைப்பது?

இருவரும் தலையைப் பிய்த்துக் கொண்டார்கள். சரி! யாருக்காவது ஒன்று அதிகமாகக் கொடுத்துவிட்டால் போகிறது. ஊகூம்! அது எப்படி? என்னதான் வழி?

இருவரும் சேர்ந்து ஒரு முடிவுக்கு வந்தார்கள். அது இதுதான். கொழுக்கட்டைகள் வைக்கப்பட்ட தட்டின் எதிரே

இருவரும் உட்கார்ந்து கொள்ள வேண்டும். இருவரும் பேசாமல் உட்கார்ந்து இருக்க வேண்டும். முதலில் யார் பேசினாலும் சரி. அவருக்கு இரண்டு கொழுக்கட்டைகள் மட்டுமே. மூன்று கொழுக்கட்டைகள் மற்றவருக்கு. கணவனும் மனைவியும் மௌனவிரதம் ஆரம்பித்து விட்டார்கள். கொஞ்ச நேரம் ஆனது. யாருமே பேசவில்லை.

வாசலிலிருந்து ஒரு குரல் கேட்டது. குரல் கொடுத்தது ஒரு பிச்சைக்காரன் தான்.

"அம்மா! தாயே! அய்யா! பசி தாங்க முடியல்லியே! ஏதாச்சும் போடுங்களேன்!" பரிதாபகரமான குரல் ஒலித்தது. ஒரு தடவை அல்ல, பல முறைகள்.

காதில் விழுந்த கல்லையும் கரைய வைக்கும் குரல் கேட்டார்கள். கணவனும் மனைவியும் ஒருவர் முகத்தை ஒருவர் பார்த்துக்கொண்டார்கள். பசி அவர்களையும் வாட்டியது. ஆனால் பந்தயம் வாயைக் கட்டி வைத்துவிட்டது.

வீடு திறந்திருக்கிறது. ஆனால் ஒரு குரலும் வரவே இல்லையே. பிச்சைக்காரன் வாசற்படி ஏறினான். உள்ளே

எட்டிப் பார்த்தான். கூடத்தில் தட்டில் கொழுக்கட்டைகள். எதிரே கணவனும் மனைவியும் உட்கார்ந்திருப்பது இவனுக்குத் தெரிந்தது.

“ஐயா! அம்மா! பசி காதை அடைக்குதே!” என்று கெஞ்சினான். கணவன் மனைவியைப் பார்த்தான். பிறகு கொழுக்கட்டைகள் வைத்து இருந்த தட்டைப் பார்த்தான்.

மனைவி பிச்சைக்காரனைப் பார்த்து ‘போ’ என்று சொல்லுவாள். முதலில் பேசி அவள் பந்தயத்தில் தோற்றுப்போவாள். அவனுக்குள் ஒரு எண்ணம். ஏக்கத்துடன் அவளைப் பார்த்தான்.

அவள் என்ன இளைத்தவளா? “ஏன் அவர் பேசட்டுமே! முதலில் பேசி பந்தயத்தில் தோற்று வெற்றி எனக்கு வரட்டுமே!” அவள் கண்களை மூடி மௌனம் காத்தாள்.

பிச்சைக்காரன் பார்த்தான். இருவரின் செய்கைகளையும் கவனித்தான். கொழுக்கட்டைகள் அவனை ‘வா! வா’ என்று கூப்பிடுவது மாதிரி அவனுக்குத் தோன்றியது.

அவனுக்கு ஒரு சந்தேகம் வந்தது. பார்த்தால் இரண்டு பேருமே நல்லவர்கள் போலத் தெரிகிறது. “புருசன் பெண்சாதி ரெண்டு பேரும் சாப்பிட்டிருக்கிற இடைவெளி நேரத்திலே வந்துட்டேன் போல. எச்சில் பட்டதை எப்படிக் கொடுக்கறதின்னுதான் ரெண்டு பேரும் ஒருத்தரையொருத்தர் பார்த்துக்கிறீங்களா?” என்று அவன் கேட்டான்.

கணவன் மனைவி இப்போதும் பேசவில்லை. ஒருவரை ஒருவர் பார்த்துக் கொண்டிருந்தார்கள்.

பேசிவிட்டால் பந்தயம் என்னாவது?

இப்போது பிச்சைக்காரன் கூடத்திற்குள் வந்துவிட்டான். அவர்கள் எதிரே நின்றான்.

“பிச்சைக்காரன் நான்! எச்சில் பட்டது என்ன, படாதது என்ன. பரவாயில்லே! ஏதோ ஒரு கொழுக்கட்டையைப் போடுங்க!” என்று கை ஏந்தினான் பிச்சைக்காரன்.

அப்போதாவது அவர்கள் பேசினார்களா? இல்லை. அங்கே பயங்கர மௌனம் நிலவியது.

பிச்சைக்காரன் பார்த்தான்.

"சாப்பிட்ட எச்சில் கையாலே எப்படி எடுத்துப் போடறதுன்னு யோசிக்கிறீங்களா? அட நீங்க ஒண்ணு. நானே எடுத்துக்கிறேன்."

சொன்னதுடன் அவன் நிற்கவில்லை. தட்டில் கைவைத்தான். ஒரு கொழுக்கட்டையை எடுத்து வாயில் போட்டான்.

"ரொம்ப நாளாச்சு இந்த மாதிரி கொழுக்கட்டை சாப்பிட்டு. அடாடா! என்ன ருசி! என்ன ருசி!" பிச்சைக்காரன் வாய்விட்டுச் சொன்னான்.

பசியால் மிகவும் வாடிப்போன கணவன் மனைவியைச் பரிதாபமாகப் பார்த்தான்.

மனைவி முகத்தை அந்தப் பக்கமாகத் திருப்பிக் கொண்டாள்.

பிச்சைக்காரனை விரட்ட கணவன் வாய் திறக்கட்டுமே என்று மனைவி நினைத்தாள்.

"அவள் வாய் திறந்தால் என்ன? குறைந்தா போய் விடுவாள்?" என்று அவன் நினைத்தான்.

தட்டில் கொழுக்கட்டைகள். அதுவும் சுவையான கொழுக்கட்டைகள். ஒரு கொழுக்கட்டையைச் சாப்பிட்ட உடனேயே பிச்சைக்காரனுக்கு பசி இன்னும் அதிகமாகி விட்டது.

சும்மா இருப்பானா? அடுத்து ஒரு கொழுக்கட்டையை எடுத்துச் சாப்பிட்டான். விக்கல் வந்துவிட்டது. தாகம்! சுற்று முற்றும் பார்த்தான்.

அவள் அருகே சொம்பு நிறையப் பால், பார்த்தான். "அம்மா! தாயே! தாகம் நாக்கை வரட்டுது! கொஞ்சம் தண்ணீர் கொடுங்கம்மா" என்று கெஞ்சினான். விக்கல் அதிகமாகிக் கொண்டே இருந்தது.

அவள் மௌனமாக கணவனைப் பார்த்தாள். அவன் தலை குனிந்தான். பால் சொம்பைப் பார்த்தாள். பிச்சைக்காரனைப் பார்த்தாள்.

இப்போது கணவனின் கண்களில் ஆவல் கொப்பளித்தது. அவள் பிச்சைக்காரனைப் "போ" என் விரட்டப் போகிறாள்.

அவள் ஒன்றுமே பேசாமல் பிச்சைக்காரனைப் பார்த்தாள். பிச்சைக்காரன் "நீங்க சாப்பிட்ட கொழுக்கட்டையையே நான் சாப்பிட்டேன். அதே மாதிரி சாப்பிட்ட பாலையே நான் சாப்பிடுகிறேன்" என்றான்.

பால் சொம்பை எடுத்தான். அப்படியே வாய்க்கு மேலே வைத்து பாலைக் குடிக்க ஆரம்பித்தான்.

சொம்பில் இருந்த பால் முழுவதும் காலி. "அடாடா! கற்கண்டுப் போட்டுக் காய்ச்சின பால்! தேவாமிர்தம் கெட்டது போங்கள்!" பிச்சைக்காரன் ரசித்துச் சொன்னான்.

அத்தோடு சும்மா இருந்தானா? தட்டில் இருந்து மேலும் இரண்டு கொழுக்கட்டைகள் எடுத்துச் சாப்பிட்டான். கடைசியாக ஒரே ஒரு கொழுக்கட்டை தட்டில் இருந்தது.

கணவனுக்கு இப்போது கண்களில் கண்ணீர் தளும்பியது. மௌனமாக தலையைத் தாழ்த்தினாள் மனைவி.

இதையெல்லாம் பிச்சைக்காரன் கண்டு கொள்ளவே இல்லை. "இனி எவ்வளவு நாட்கள் கழித்துச் சாப்பிடப் போகிறோமோ, இல்லை கிடைக்கத்தான் போகிறதா" நினைத்துக் கொண்டான்.

கடைசியாகத் தட்டில் இருந்த ஒரு கொழுக்கட்டையையும் எடுக்கக் கை வைத்தான்.

அந்தக் கையை ஒரு கை பலமாகப் பிடித்துக் கொண்டது. வெலவெலத்துப் போய்விட்டான் பிச்சைக் காரன். நிமிர்ந்து பார்த்தான்.

"அந்த ஒரு கொழுக்கட்டையையாவது எனக்கு மிச்சம் வை" என்றான் கணவன்.

கணவன் பேசிவிட்டான். முதலில் பேசி பந்தயத்தில் தோற்றுப் போனான்.

"நான் தான் இப்போது வெற்றி பெற்றுவிட்டேன். எனக்குத்தான் அந்த ஒரு கொழுக்கட்டை" என்றாள் மனைவி. குரலில் பெருமிதம்.

கணவன் இப்போது சொன்னான். "இதோ பார்! பந்தயம் அது இது என்று சொல்லி நான்கு கொழுக்கட்டையும் போச்சு!

இருக்கிற ஒன்றையாவது ஆளுக்குப் பாதி சாப்பிடுவோம்.''

மனைவி ''இல்லை! நான்தான் பந்தயத்தில் வெற்றி பெற்றேன். சொன்னபடி அந்தக் கொழுக்கட்டை எனக்கு மட்டும்தான்'' என்றாள்.

பார்த்தான் பிச்சைக்காரன், ''இப்போது ஒன்றுதானே மிச்சம்! இதுக்கும் நீங்கள் பந்தயம் போட வேண்டாம். நானே அதையும் சாப்பிட்டு விடுகிறேன்'' என்று சொன்னான்.

மீதம் இருந்த அந்த ஒரு கொழுக்கட்டையையும் சாப்பிட்டான். பின் வந்த வழியே புறப்பட்டான்.

கதைசொன்னவர்: சக்தி பானு

75

வேலை தேடித் தந்த பூனை!

அது ஒரு சிறிய கிராமம். அங்கே மொத்தமே நூறு பேர்களுக்கு மேல் இருக்கமாட்டார்கள். இளைஞர்கள் பலர். அவர்களுள் ஒருவன் பாண்டியன். கொஞ்சம் வித்தியாசமானவன்.

மற்றவர்களைக் காட்டிலும் புத்திசாலி. கூர்மையான அறிவு உள்ளவன். பாண்டியன் தனது தகுதிக்கேற்ற வேலை இந்த ஊரில் இல்லை என்று நினைப்பவன்.

தனது தகுதிகேற்ற வேலயைத் தேடி வெளியூர் பயணம் புறப்பட்டான். குடும்பத்தில் உள்ள மற்றவர்கள் எல்லாம் 'போய்த் தொலையட்டும்' என்று நினைத்தார்கள்.

அவன் தாய் மட்டும்தான் கண்ணீரோடும் பாசத்தையும் சேர்த்து அவனை வழி அனுப்பிவைத்தாள்.

பல ஊர்கள் - நகரங்கள் என்று அலைந்தான். ஆனால் அவனுக்கு வேலைகிடைக்கவில்லை. அலுத்துப் போய் கடைசியாக அந்த நகரத்தை அடைந்தான், பாண்டியன்.

அந்த நகரத்தின் கடைத் தெரு - முக்கியமான வீதிகள் என்று சுற்றினான். சந்தித்தவர்களையெல்லாம் விசாரித்தான். அந்த நகரத்திலேயே செல்வாக்கும் செல்வமும் படைத்த ஒரு வியாபாரியைப் பற்றிக் கேள்விப்பட்டான்.

அதுமட்டுமல்ல, அவருக்குத் தீர்க்க முடியாத ஒரு பிரச்சினை. அதை எப்படித் தீர்ப்பது என்று தவிக்கிறார். இந்தச் செய்தியும் அவனுக்குக் கிடைத்தது.

பாண்டியன் மகிழ்ச்சி அடைந்தான். தனது புத்திசாலித் தனத்திற்கு ஒரு வாய்ப்புக் கிடைத்துவிட்டது. சிக்கலைத் தீர்த்துவிட்டால் தனக்கு நிச்சயம் தகுதிக்கேற்ற வேலை வியாபாரியிடம் கிடைக்கும். முழுமையாக நம்பினான்.

அந்த வியாபாரியின் இருப்பிடத்தைத் தெரிந்துகொண்டான். பாண்டியன் அவருடைய வீட்டிற்குள் சென்றுவிட்டான். வியாபாரி ஏதோ அவருடைய சரக்குக் கப்பல் ஒன்று கவிழ்ந்துவிட்டது போலக் கன்னத்தில் கை வைத்தபடி மிகக் கவலையுடன் இருந்தார்.

பாண்டியன் "ஐயா! தங்களுக்கு என் பணிவான வணக்கம்! தங்களைப் பார்த்தால் ஏதோ தீர்க்க முடியாத சிக்கலில் சிக்கிக் கொண்டிருப்பதுபோலத் தோன்றுகிறதே!" என்று மிகவும் பணிவான குரலில் சொன்னான்.

சுற்றுப்புறத்தை மறந்து கவலையில் ஆழ்ந்து போய் இருந்தார் வியாபாரி. இந்த வார்த்தைகளைக் கேட்டதும் திடுக்கிட்டுப் பார்த்தார். மிகப் பணிவாகக் கைகளைக் கட்டியபடி ஒரு இளைஞன் நிற்கின்ற தோற்றம் அவர் கண்களில் புலப்பட்டது.

அவருக்கு எப்படி இந்த இளைஞன் நம்முடைய ஒரே வரியில் வரவேண்டும் மனதில் உள்ளதைத் தெரிந்துகொண்டான்? என்று ஆச்சரியம் ஏற்பட்டது.

வியாபாரியின் கண்கள் வியப்பால் விரிந்தன. "இளைஞனே! நான் இதற்கு முன்பு நான் உன்னைப் பார்த்ததே இல்லையே! அப்படி இருக்க எப்படி என் மனக்கவலை உனக்குத் தெரிந்தது. நீ யார்? உன்னைப் பற்றிய விவரங்களை முதலில் சொல்" என்றார்.

பாண்டியன் தன்னைப் பற்றிய விவரங்களைச் சொன்னான்.

"உங்களுக்கு ஏற்பட்ட சிக்கல் என்ன என்று என்னிடம் சொலுங்கள். என்னுடைய கல்வித் திறமையாலும் - புத்திசாலித் தனத்தாலும் அதற்குத் தீர்வு கண்டு செர்லுவேன். முடியும் என்ற நம்பிக்கை எனக்கு இருக்கிறது" என்றான்.

இதைக் கேட்டதும் அதிக ஆச்சரியம் அடைந்தார்-வியாபாரி இளைஞனாக இருந்தாலும் புத்திசாலியான இவன் நிச்சயம் நம்முடைய பிரச்சினைக்கு ஒரு தீர்வு கண்டுவிடுவான் என்ற நம்பிக்கை அவருக்கு வந்துவிட்டது.

"நாங்கள் அண்ணன் தம்பிகள் என்று நான்கு பேர்கள். எங்கள் தந்தை இந்த நகரிலேயே மிகப்பெரிய செல்வந்தர். சிறிது

காலத்திற்கு முன்பு நோய்வாய்ப்பட்டு இறந்து விட்டார். நாங்கள் நான்கு பேர்களும் குடும்பச் சொத்தைப் பகிர்ந்துகொண்டோம்.

ஒவ்வொருவருக்கும் ஏராளமான பொன்னும் - பொருளும் கிடைத்தது. எந்தவிதமான தகராறும் இல்லாமல் மகிழ்ச்சியோடு பகிர்ந்துகொண்டோம். ஆனால் கடைசியில் ஒரு தகராறு வந்துவிட்டது. அதுவும் சொத்தில் அல்ல. ஒரு பூனையால்.

அந்தப் பூனை எங்கள் தந்தையார் இருந்த காலத்திலேயே எங்கள் வீட்டில் பிறந்தது. எல்லோரும் சேர்ந்து செல்லமாக வளர்த்தோம். எல்லோருமே ஒவ்வொருவரும் அந்தப் பூனையை தனக்குத் தான் வேண்டும் என்று கேட்டோம். பூனையை எப்படிப் பங்கிடுவது?

கடைசியில் ஒரு முடிவு செய்தோம். “பூனை பொதுவாக இருக்கட்டும். ஆனால் இதன் கால்கள் மட்டும் ஆளுக்கு ஒன்றாகச் சொந்தம் பாராட்டிக் கொள்வது என்று எல்லோரும் சேர்ந்து முடிவு செய்தோம்.”

“அப்புறம் என்ன நடந்தது?” என்று பாண்டியன் ஆவலோடு கேட்டான்.

அதன் பிறகு நடந்த நிகழ்ச்சிகளை வியாபாரி சொல்ல ஆரம்பித்தார். எல்லோரும் மகிழ்ச்சியுடன் அவரவர் வேலை களைக் கவனிக்க ஆரம்பித்தோம்.

ஒரு நாள் பூனையைத் தற்செயலாகக் கவனித்தேன். அது ஒரு காலை நொண்டிக் கொண்டே வந்தது.

அதன் அருகில் சென்று பார்த்தபோது நான் சொந்தம் பாராட்டிய காலில் காயம் ஏற்பட்டு இருந்தது. அதனால்தான் நடக்க முடியாமல் துன்பப்படுகிறது என்று தெரிந்தது. உடனே நான் அந்தக் காயம்பட்ட காலில் எண்ணெய் தடவிய துணியைச் சுற்றிக் கட்டினேன்.

அப்போது நல்ல குளிர் காலம்.

ஒரு நாள் இரவு கணப்பு அடுப்பின் அருகே படுத்திருந்தது. அப்படியே கட்டுத் துணியில் தீப்பிடித்துவிட்டது. அவ்வளவுதான்! பூனை பயங்கரமாகக் கத்திக்கொண்டே அங்கும் இங்குமாக ஓட ஆரம்பித்துவிட்டது.

பல இடங்களில் தீ மூண்டுவிட்டது. வீடு முழுக்கத் தீ பரவிவிட்டது. கொஞ்ச நேரத்தில் வீடு சாம்பலாகிவிட்டது.

வீடு தீப்பற்றி எரிந்து சாம்பலாகிப் போனதற்குக் காரணம் என் பங்குக்கு உரிய பூனையின் கால்தான், என்று மற்ற மூன்று சகோதரர்களும் கூறுகிறார்கள்.

அதனால் வீட்டை முன்போல் கட்டித் தரவேண்டும். அல்லது அதற்கான நஷ்டஈடு செலுத்த வேண்டும் என்று என்னிடம் சொல்லிவிட்டார்கள். நான் ஒப்புக்கொள்ளாவிட்டால் நீதிமன்றத்தில் வழக்குத் தொடரப் போவதாகச் சொல்லிப் பயமுறுத்துகிறார்கள்.

தம்பி! நாளைக் காலைவரை எனக்கு அவகாசம் கொடுத்திருக்கிறார்கள். செய்யாத குற்றத்திலிருந்து நான் எப்படித் தப்புவது என்பதுதான் என்னுடைய கவலை!'' என்று சொல்லி முடித்தார்.

பாண்டியன் அந்த வியாபாரியிடம் ''நாளைக் காலை எல்லோரும் இந்த இடத்திற்கு வந்துவிடுங்கள். மற்றவற்றை நான் பார்த்துக் கொள்கிறேன்'' என்றான்.

மறுநாள் காலை. சகோதர்கள் நால்வரும் ஒன்றாகக் கூடினார்கள். பாண்டியன் அந்த இடத்திற்கு வந்தான். மற்ற மூன்று சகோதரர்களும் ஒட்டுமொத்தமாக ஒரே குரலில் தங்கள் முடிவைச் சொன்னார்கள்.

எல்லாவற்றையும் - வியாபாரியின் கருத்தையும் கேட்டுக் கொண்டான். தகுந்த முறையில் இந்தச் சிக்கலுக்கு தான் தீர்வு சொல்லப் போவதாகச் சொன்னான்.

பாண்டியன் சொல்லும் முடிவுக்கு எல்லோரும் உடன்படுவ தாக உறுதி சொன்னார்கள்.

வழக்கின் விவரங்கள் அனைத்துமே பாண்டியனுக்கு முன்பே தெரிந்ததுதானே!

பாண்டியன் சிந்திப்பது போலக் கண்களை மூடி கொஞ்சம் நேரம் அமைதியாக இருந்தான்.

பாண்டியன் இப்போது பேசினான்: "வீடு முழுவதுமே எரிந்து சாம்பலாகிப் போனது மிகப் பெரிய நஷ்டம். அதுமட்டும் அல்ல! எல்லோருக்குமே மிகுந்த துயரம் வேறு ஏற்பட்டுவிட்டது. இதற்கெல்லாம் யார் மீது தவறோ அவர் தான் வீட்டைத் திரும்பக் கட்டிக் கொடுக்க வேண்டும். இதுதான் நியாயம்! பூனையின் காலில் கட்டப்பட்ட துணி தான் இவ்வளவு பெரிய தீ விபத்துக்குக் காரணம். அதில் சந்தேகமே இல்லை. துணி கட்டப்பட்ட பூனையின் காலுக்குச் சொந்தக் காரரான இந்த மனிதர் - உங்கள் சகோதரர்தான் வீட்டைக் கட்டிக் கொடுக்க வேண்டும். அல்லது நஷ்ட ஈடு தரவேண்டும். இதுதானே உங்கள் முடிவு!"

அந்தக் குறிப்பிட்ட மூன்று சகோதரர்களிடம் அவன் கேட்டான்: "ஆம்!" என்று ஒரே குரலில் சொன்னார்கள். முடிவு தங்களுக்குத்தான் சாதகமாக மாறி வருகிறது என்பது அவர்கள் நினைப்பு.

பாண்டியனை அழைத்து வந்த வியாபாரிக்கோ மனதிற்குள் ஒரே பயம்! "இதற்குத்தானா இவன் வந்தான். மோசம் போய்விட்டோமோ?" என்று கலங்கினார்.

பாண்டியன் மூன்று சகோதரர்களில் ஒருவரை அழைத்தான். அவன் அருகில் வந்தான். பாண்டியன் இப்போது அவனைப் பார்த்து "உங்கள் வலது காலில் பலத்த காயம் ஏற்பட்டுவிட்டது என்று வைத்துக்கொள்ளுங்கள். உங்களால் வேகமாக ஓட முடியுமா?" என்று கேட்டான்.

அவன் கோபமாக பாண்டியனிடம் சொன்னான். "இதென்ன முட்டாள்தனமாக கேள்வி! நடக்கவே முடியாது. அப்புறம் எப்படி ஐயா ஓடமுடியும்?" சொல்லிவிட்டுச் சிரித்தான். அவனோடு சேர்ந்த மற்ற இரு சகோதரர்களும் சிரித்தார்கள்.

"நான் சொல்வதைக் கவனமாகக் கேளுங்கள். நடக்கவே முடியாத காலால் எப்படி ஓட முடியும்? முடியாது தான். அப்படியானால் காயம்பட்ட காலுடைய பூனை எப்படி ஓடி இருக்க முடியும்?" என்று பாண்டியன் கேட்டான்.

இப்போது பார்க்கவேண்டுமே மூன்று சகோதர்களின் முகத்தை. ஒருவர் முகத்தை ஒருவர் பார்த்துக் கொண்டார்கள். அசடு வழிந்தது.

அந்த மூவரில் ஒருவன் கேட்டான்: "பூனை ஓடியதால் தானே தீ பரவி வீடு எரிந்து சாம்பலாகிப் போனது. இதற்கு என்ன சொல்கிறீர்கள்?"

பாண்டியன் தன்னுடைய இறுதி முடிவு இதுதான் என்று சொன்னான்.

"காயம்பட்ட கால் மட்டுமே பூனைக்கு உண்டு என்றால் அது ஓடியிருக்கவே முடியாது. ஆனால் மற்ற மூன்று கால்கள்தான் பூனை ஓடுவதற்கு உதவியாக இருந்தன. அதனால்தான் நான்காவது காலில் - ஓட முடியாத காலில் கட்டுத் துணியால் ஏற்பட்ட தீ பல இடங்களில் மூண்டு விடக் காரணம் ஆகியது.

ஆகையால் நன்றாக இருந்த மற்ற மூன்று கால்களால் தான் இந்தத் தீ விபத்து ஏற்பட்டது. அந்த மூன்று கால்களுக்கும் சொந்தக்காரர்களான நீங்கள் மூவரும் வீட்டைக் கட்டித் தரவேண்டும். அதோடு அவருக்கு - உங்கள் சகோதரருக்கு நஷ்ட ஈடும் தரவேண்டும்" என்றார்.

மூன்று சகோதரர்களுக்கும் ஒரே அதிர்ச்சி. சும்மா இருந்த சங்கை ஊதிக் கெடுத்ததுபோல வம்பை விலைக்கு வாங்கி விட்டோமே என்று வருத்தப்பட்டார்கள்.

அந்த மூவரும் தங்கள் சகோதரனிடம் மன்னிப்புக் கேட்டார்கள். அந்த வியாபாரியும் பெருந்தன்மையுடன் மன்னித்தார். சிக்கலான வழக்கைத் தன் நுண்ணறிவால் - புத்திசாலித்தனத்தால் தீர்த்து வைத்த பாண்டியனை மனமார வாழ்த்தி நன்றி சொன்னார்.

மகிழ்ச்சியோடு ஆயிரம் பொற்காசுகள் பரிசு தந்தார். பாண்டியனுக்குத் தகுந்த வேலையும் கொடுத்து தன்னிடமே பணிபுரிய அமர்த்திக் கொண்டார் அந்த வியாபாரி.

கதை சொன்னவர் - சக்திபானு

76
பாவ மூட்டை

கரைகாணாக்குப்பம் ஒரு கடற்கரைக் கிராமம். காலங்காலமாக இருந்து வரும் கிராமம் அது. பலமுறை கடல் அலைகள் அந்தக் கிராமத்தை அழிக்க முயன்றன. ஆனால் முடியவில்லை.

ஊர் எல்லை வரை அலைகள் வரும். பிறகு திடீரென்று திரும்பிச் சென்று விடும். கடல் ஊரை அழிக்காததற்குக் காரணம் ஒரு வன்னி மரம். அதன் கீழே உள்ள சிவன் கோயில். இப்படி ஊரில் அதிக வயதான பெரியவர்கள் சொன்னார்கள்.

இளசுகள் நம்பவில்லை.

“கிழட்டு மூதேவிகள் இப்படித்தான் ஏதாவது உளறும்! வயசானால் பயம் வருகிறது. அதற்கு இப்படி எதையாவது சொல்லி நம்மை நம்ப வைக்கிறார்கள்!” என்று அவர்கள் கிண்டல் செய்தார்கள்.

பெரியவர்கள் அதைக் கண்டுகொள்ளவில்லை. இளசுகளுக்கு ரத்த முறுக்கு. இப்படித்தான் பேசுவார்கள் என்று அவர்களைச் சட்டை செய்யமாட்டார்கள்.

சிவன் கோவிலுக்குப் பூசாரி கிடையாது. ஊருக்கு மூப்பர் அண்ணாவித் தம்பி. அவர்தான் சிவலிங்கத்தைக் குளிப்பாட்டுவார். தெரிந்த பாட்டைச் சொல்லி பூப் போடுவார். விளக்கேற்றுவார்.

தூபம் போட்டுக் கற்பூரம் ஏற்றிக் காட்டிவிட்டுக் கதவை மூடிக்கொண்டு வந்துவிடுவார்.

அண்ணாவித்தம்பி சிவன் கோயிலுக்குள் நுழைவது முதல் திரும்பி வருவது வரை நாலு இளவட்டங்கள் அவர் பண்ணுகிற பூசையைக் கிண்டல் செய்து வெளியே கேலி செய்து கொண்டு நிற்பார்கள்.

“அடடா! மூப்பர் பத்தியிலே மீன் பிடிக்கக் கௌம்பிட்டாரு” என்பான் ஒருவன்.

“நெறம்பற மீன்லே வலை கிளிஞ்சிரப் போவுது” என்பான் இன்னொருவன்.

மூப்பர் பாட்டுக்குச் சிவனே என்று போவார். வருவார். இளசுகளுக்கு அவர் பொறுமை இன்னும் கொஞ்சம் தைரியம் தந்தது. நாள் ஏற ஏற அவர்கள் அக்கிரமம் ஏறியது.

இப்படி இருக்கையில் ஒரு நாள் கரைகாணாக் குப்பத்துக்கு ஒரு சாமியார் வந்தார். அவர் வயசை மதிக்க முடியவில்லை, முப்பதாகவும் இருக்கலாம். அறுபதாகவும் இருக்கலாம் என்பது போல ஒரு முகக்களை.

ரொம்ப அக மகிழ்ச்சியோடு இருக்கிற மாதிரி எப்பவும் ஒரு சிரிப்பு. நாள் முழுவதும் ஊரைச் சுற்றினார். இரவில் வன்னி மரத்தடியில் படுத்துக்கொண்டார்.

அவர் ராத்திரி சாப்பிட்டாரா இல்லையா என்று யாரும் கேட்கவில்லை. பொழுது விடிந்ததும் அவர் கடற்கரைப் பக்கம் போய்விட்டு வந்து மறுபடியும் வன்னி மரத்தடிக்கு வந்து உட்கார்ந்தார்.

வரும்போது தோளில் ஒரு பெரிய துணி மூட்டை. சலவைத் தொழிலாளி துவைக்க வேண்டிய துணிகளை துறைக்கு எடுத்துப் போவது போலப் பெரிய மூட்டை.

மூட்டையைப் பக்கத்தில் வைத்துக்கொண்டு அவர் கால் மேல் கால் போட்டு உட்கார்ந்தார். கைவிசிறி ஆடுவதுபோல வலதுகால் ஆடிக்கொண்டே இருந்தது.

கோவில் கதவைத் திறக்க வந்த மூப்பர் சாமியாரைப் பார்த்தார். பக்கத்தில் இருந்த மூட்டையையும் பார்த்தார்.

அவரை நெருங்கி வணங்கினார். "சாமிக்கு எந்த ஊரு?" என்று மூப்பர் விசாரித்தார். சாமியார் வெள்ளையாகச் சிரித்தார்.

"சிரிச்சா எப்படி? ஊரைச் சொல்லுங்க" என்று மூப்பர் துருவிக் கேட்டார்.

சாமியார் மென்மேலும் சிரித்தார். விழுந்து விழுந்து சிரித்துவிட்டுச் சொன்னார்.

“நேத்திக்குப் புடிச்சு கரை காணாக்குப்பம். அதுக்கு முந்தி கரை கண்ட குப்பம்” என்றார்.

அப்படி ஓர் ஊரை அண்ணாவி மூப்பர் கேள்விப் பட்டதில்லை. சாமியாரை ஏற இறங்கப் பார்த்தார்.

பிறகு மூட்டையைச் சுட்டிக் காட்டி “அதென்ன மூட்டை?” என்று கேட்டார்.

சாமி மீண்டும் சிரித்தார்.

“பாவமூட்டை! அங்கங்க கெடந்தது. அள்ளி அள்ளிப் போட்டு முடிஞ்சா இம்மாம் பெரிசு ஆயிடுச்சு” என்றார்.

‘சாமியார் கிறுக்கனோ’ என்று அண்ணாவி மூப்பருக்கு ஒரு சந்தேகம். வம்பு எதற்கு என்று கோயிலைத் திறக்கப் போனார்.

வம்பு பண்ணுவதற்கு என்றே வருகிற வாலிபக் கூட்டம் வெளியே பேச்சை ஆரம்பித்தது.

“இத பார்றா! தண்டத்துக்கு ஒரு முண்டம் கெடச்சாப்ல மூப்பருக்கு ஒரு சோடி சேந்திருக்கு” என்றான் ஒருவன். அவன் பெயர் வீரையன். வெட்டிப் பேச்சில் மன்னன்.

மூப்பர் உள்ளே போய்விட்டார்.

வீரையன் குழு சாமியாரைச் சுற்றிக்கொண்டது.

"அதுல என்ன வேய் இருக்கு?" என்று வீரையன் கேட்டான்.

சாமி ஆனந்தமாகச் சிரித்தார்.

"ஊர்ப்பொல்லாப்பு! ஒமக்கு வேணுமா?" என்று வீரையனைக் கேட்டார்.

"இந்த ஊருதா- அசலூரோடதா?" என்று இளக்காரமாகக் கேட்டான். கூட வந்த கோஷ்டி கை தட்டிச் சிரித்தது.

"இந்த ஊரு பொல்லாப்ப இனிமேத்தான் சேக்கணும். இது அசலூரோடது" என்றார் சாமி.

"ஏதோ அவுத்துக் காட்டும்" என்று வீரையன் கேட்டான்.

"நமக்குக் கட்டத்தான் முடியும்! அவுக்கத் தெரியாது" என்று சொல்லிவிட்டுச் சாமி சிரித்தார்.

"என்னவே பொரளி விடறீரு? அவுத்துக் காட்டப் போறீரா இல்லே நானே அவுக்கட்டுமா?" என்று வீரையன் மிரட்டினான்.

"முடிஞ்சா அவுத்துக்குமே! நமக்கும் பாரம் கொறஞ்சாச் சரி!" என்று சாமி சொன்னார்.

வீரையன் துணிச்சலாக அவர் பக்கத்தில் போய் நின்று மூட்டையைத் தொட்டான். முடிச்சு இறுக்கிப்போட்டு இருந்தது. முக்கி முனகி இரண்டு கைகளாலும் அவிழ்க்க முயன்றான்.

மூட்டை தலையின் மேல் தானாக ஏறி உட்கார்ந்து கொண்டது. அது தானாக ஏறி உட்கார்ந்த கலவரத்தோடு துள்ளி எழுந்தான். தலையை விட்டு அது இறங்கவில்லை. இரண்டு கைகளாலும் தள்ளித்தள்ளிப் பார்த்தான் வீரையன்.

ஊஹும்! ஏதோ தலையில் கோந்து போட்டு ஒட்டியது போல் அது உட்கார்ந்து கொண்டிருந்தது. கனமான கனம்.

"ஐயா சாமி, ஊர்ப்பொல்லாப்பு எனக்கு வேண்டாம்யா.... கொஞ்சம் எறக்கி விடும்யா!" என்று கெஞ்சிக் கதறத் தொடங்கினான் வீரையன்.

“நாம்ப அப்பவே சொன்னோம். நீரு கேக்கலே! நமக்கு ஏத்ததான் தெரியும். எறக்கத் தெரியாது!” என்று கால் மேல் கால் போட்டு வலது காலை மறுபடியும் கை விசிறி மாதிரி ஆடவிட்டது சாமி.

வீரையன் கோஷ்டி சாமியாரைச் சுற்றிக்கொண்டது. வீரையன் மூட்டையை இறக்கிவிடும்படி வேண்டியது.

“நீரு சொமக்கத் தயார்னா வாங்கிக்கிடும்!” என்று கேட்ட ஒவ்வொருவனிடமும் சாமி சொன்னார்.

“ஐயோ... என்னால ஏலாது!” என்று ஒவ்வொருவராக ஓடி விட்டனர்.

பூசையை முடித்துக்கொண்டு கோவிலைப் பூட்டிக்கொண்டு மூப்பர் திரும்பினார்.

“மூப்பர்வாள்... மூப்பர்வாள்!” என்று வீரையன் அலறினான்.

“வழக்கமான கிண்டல் கிருத்திருமம் போய் பயல் பஞ்சு மாதிரிக் கரைகிறானே!” என்று மூப்பர் நினைத்தார்.

“என்ன சங்கதி?” என்று கேட்டார். “நாம சொல்லுதோம்! நம்ப மூட்டையைத் தலையிலே தூக்கிட்டு நம்பளையே எறக்கச் சொல்லுதாரு இவுரு” என்றார் சாமி.

“ஐயையோ... சும்மா அவுத்துக் காட்டச் சொன்னேன். காட்டமாட்டேன் பாத்துக்கணும்னா நீயே பாருன்னார். தொட்டா தலையிலேயே ஏறிக்கிட்டு. ஒதறி ஒதறிப் பாக்கேன்! விழமாட்டேங்கு” என்று உளறினான்.

“சாமியைப் போறப்ப கேட்டேன்! என்ன மூட்டைன்னு. பாவ மூட்டைன்னாங்க... நீ போய் எதுக்குத் தொடணும்?” என்று ஓரடி விலகி நின்று மூப்பர் கேட்டார்.

“ஐயா... ஐயா... தப்புத்தான்! வாய்க் கொழுப்பிலே என்னமோ பேசிட்டேன். மூட்டையை எறக்கிவையுங்க ஐயா!” என்று வீரையன் கெஞ்சத் தொடங்கினான்.

மூப்பருக்கு சாமியாரின் சக்தி விளங்கிற்று. சித்து வேலை எல்லாம் தெரிந்த மாயாவி என்று நினைத்தார்.

"சாமிகளே... அறியாப் பருவம்-வாய்த்துடுக்கு சகசம். விட்டிருங்கோ! மூட்டையை எறக்கி வைங்கோ" என்று பணிவோடு வேண்டினார்.

"அவாள் கிட்டே நாம அப்பவே சொல்லிட்டமே! நமக்கு ஏத்தத்தான் ஏலும் எறக்க ஏலாது, கட்டத்தான் தெரியும். அவுக்கத் தெரியாது" என்று சிரிப்பிற்கிடையே கண்டிப்போடு சாமி சொன்னார்.

வீரையனுக்கு எதையோ விளங்கவைக்கவே சாமி விளையாடுகிறார் என்று புரிந்துகொண்டார் மூப்பர்.

வீரையன் படுகிற பாட்டைக் கண்டு கையைக் கூப்பினார். கெஞ்சுவதுபோல ஒரு பார்வையில் வேண்டினார்.

"அவாளே ஒண்ணு செய்யச் சொல்லும்! கடலாத்தாகிட்டே போய் தலையளவு தண்ணிலே முங்கச் சொல்லும். ஆத்தா மூட்டையை இழுத்துட்டுப் போயிடுவா"

இதை நம்பலாமா வேண்டாமா என்று மூட்டைக் கனம் தலையை அழுத்தப் பார்த்தான் வீரையன். கண் பிதுங்கியது.

"எதையாவது நம்பணும் இல்லே. கடலாத்தா எல்லை

தாண்டி வரமாட்டா. அவாள் அதை நம்பலே. இதையாவது நம்பணும் இல்லே?" என்றார் சாமி

எப்போதோ பேசியது! இது எப்படி சாக்குத் தெரியும்?

மூட்டைக் கனம் தோளை அழுத்த வீரையன் பின்னிக்கொண்டு நின்றான்.

"நமுக்கு நேரமில்லே. அவாள் பாரம் அவாளோடது. நேத்திக்கு முந்தி கரை கண்ட குப்பம். இன்னிக்குக் கரை காணாக் குப்பம். இன்னமே கரையோடிக் குப்பமோ, கரைதேடிக் குப்பமோ..." என்று சாமி சிலுக்கென்று எழுந்து நடையைக் கட்டியது.

"சாமி... சாமி" என்று தலையில் மூட்டையோடு வீரையனும், கோவில் சாவியோடு மூப்பரும் அவர் பின்னால் ஓடினார்கள்.

சாமியைப் பிடிக்க முடியவில்லை. அப்படி ஓர் ஓட்டமான நடை. கரையோரம் விறு விறுவென்று போயே போய்விட்டது.

ஓடிக் களைத்துத் தள்ளாடிக் கரையில் விழுந்தான் வீரையன்.

ஒரு பெரிய அலை வந்து அவனை இழுத்துக்கொண்டு போயிற்று. கடலுக்கு இழுத்துப் போய் புரட்டி எடுத்தது. எம்பிப் போராடினான். தலை மூட்டையைக் காணோம்.

அலை கொண்டு போய்விட்டது. மூச்சுத்திணற நீந்திக் கொண்டு வந்தான் வீரையன். கரையேறியதும் மூப்பர் காலில் விழுந்தான். மன்னிப்புக் கேட்டான் அவரும் தட்டிக் கொடுத்து மன்னித்தார்.

கதை சொன்னவர்: எம். தாரிணிதேவி

77
சத்தியமே ஜெயமாகும்

ஒரு ஊர்ல ஒரு ராஜா. அவர் மிகவும் நேர்மையானவர். அந்த நாடு செல்வச் செழிப்போடு இருந்தது.

ஒரு நாள் இரவு ராஜா தன் கோட்டையைச் சுற்றிப் பார்த்துக்கிட்டு இருந்தார். அப்போது ஒரு அம்மா கோட்டையை விட்டு வெளியில் போனாங்க.

“அம்மா! நீங்க யாரு? ஏன் இந்த நேரம் கோட்டையை விட்டுப் போறீங்க?” என்று கேட்டார்.

அந்த அம்மா “நான்தான் செல்வத்துக்கு அதிபதி லட்சுமி. நான் எந்த எடத்துலயும் தொடர்ந்து தங்குறதில்லை. அதான் கிளம்புறேன்”னு சொன்னாங்க.

ராஜாவும் "சரி போங்க"ன்னு சொல்லிட்டார்.

கொஞ்ச நேரம் சென்றது. இன்னொரு அம்மா வெளியே வந்தாங்க. "நான் தர்ம தேவதை. நான் லட்சுமி போன பிறகு இருப்பதில்லை. அதனால நானும் போறேன்"ன்னு சொல்லிட்டுப் போயிட்டாங்க.

சிறிது நேரம் கழித்து இன்னொரு அம்மா வெளியே வந்தாங்க.

"நான் நீதி தேவதை. லட்சுமியும் தர்ம தேவதையும் இல்லாத எடத்துல நான் இருக்க முடியாது''ன்னு கிளம்பினாங்க. ராஜாவும் "சரி போங்க"ன்னு அனுப்பிட்டாரு.

கடைசியா ஒரு அம்மா வெளியே வந்தாங்க.

"நான்தான் சத்திய தேவதை. நானும் போறேன்"னாங்க. ஆனால் ராஜா அவங்களை விடவில்லை. அவங்க காலிலே விழுந்துட்டார்.

"தாயே! மற்ற மூன்று பேர் போனதைப் பற்றி நான் கவலைப்படவில்லை. நீங்கள் போனால் நாடே நாசமாகி விடும். தயவுசெய்து போகாதீர்கள்" என்று வேண்டிக் கேட்டுக்கொண்டார்.

ராஜாவின் வேண்டுகோளை ஏற்று சத்தியதேவதை மீண்டும் கோட்டைக்குள் சென்றாள். கொஞ்ச நேரத்தில் வெளியே போன நீதி தேவதை திரும்பிவிட்டாள்.

"சத்திய தேவதை இல்லாத இடத்தில் நான் இருக்க முடியாது. அதனால் திரும்பி வந்துட்டேன்"னு உள்ளே போனாங்க.

தொடர்ந்து தர்ம தேவதையும், "சத்தியம், நீதி இருக்குற எடத்திலேதான் நானும் இருப்பேன்'னு வந்துட்டாங்க.

கடைசியில் லட்சுமியும் திரும்பி வந்து, "ராஜா! சத்தியம், நீதி, தர்மம் இல்லாத இடத்தில் செல்வமாகிய நான் இருப்பது நியாயமில்லை. அதனாலே நானும் திரும்பி வந்துட்டேன்"னு சொன்னாங்க.

78

எது கூட வரும்?

ஒரு ஊரில் ஒரு கோடீஸ்வரர் இருந்தார்.

அவரை வாழ்த்த ஒரு பெரியவர் வந்தார். வந்தவர் "உங்கள் சொத்து மதிப்பு என்ன?" என்று கேட்டார். கோடீஸ்வரர் "சில ஆயிரம் இருக்கும்"னு சொன்னார். பெரியவர் திகைத்துப் போய்விட்டார்.

பொய் சொல்கிறார் என்று நினைத்துக்கொண்டார்.

அடுத்து, "உங்க வயது என்ன?"என்று கேட்டார்.

"இரண்டு மூன்று வயதிருக்கும்"என்றார் கோடீஸ்வரர்.

பெரியவருக்குக் கோபம் வந்துவிட்டது. "நீங்க சொல்ற பதில் விசித்திரமா இருக்கு. ஏன் இப்படிப் பொய் சொல்றீங்க?"என கேட்டார்.

உடனே கோடீஸ்வரர், “ஐயா! நான் பொய் சொல்லலை. “சொத்து என்னன்னு கேட்டீங்க. உலகத்தைவிட்டு நான் போகும்போது என்னோட வரக்கூடிய சொத்து என் பூமியோ காசு பணமே இல்லை. நான் ஏழைகளுக்கு செய்த தான தர்மங்கள்தான் எனக்குத் துணை வரும்.

அப்படிப் பார்த்தால் நான் தர்மத்துக்கு என்று சில ஆயிரம் தான் செலவு பண்ணி இருக்கேன். இன்னும் நிறையச் செய்து, சொத்தை விருத்தி பண்ண வேண்டும்.

நல்ல விசயங்களையும் இறைவனையும் பற்றி நினைச்சுக்கிட்டு இருக்கிற நேரம்தான் உண்மையான என் வாழ்வுக் கணக்கு.

ஒரு நாளைக்கு ஒரு மணி நேரம்தான் நான் நல்ல சிந்தனையில் இருக்க முடியும். அந்தக் கணக்கிலே பார்த்தா, இதுவரை மொத்தமாக 2, 3 வருச காலம்தான் நான் வாழ்ந்ததாக அர்த்தம்.”

79

வினை விதைத்தவன்...

வீரண்ணன் ஒரு முரடன்.

திருட்டு, வழிப்பறி என்று பல தீய செயல்களைச் செய்பவன். பல கொலைகளும் செய்தவன்.

அவனைப் பார்த்தாலே எல்லோருக்கும் பயம். மலர்பட்டியில் அவன் வைத்ததுதான் சட்டம்.

ஒருநாள்-

எல்லைப்பட்டியில் இருந்து ஒருவர் வந்தார்.

அவர் ஒரு விவசாயி. பக்திமான். அவர் பெயர் தருமன். சத்தியமானவர். யாருக்கும் கெடுதல் பண்ணாதவர். நியாயமானவர்.

அவர் ஒருவரிடம் இரண்டாயிரம் ரூபாய் கடன் வாங்கி இருந்தார். தினமும் உழைத்துப் பணம் சேர்த்தார்.

ஒரு வருடம் உழைத்த பின்புதான் இரண்டாயிரம் ரூபாய் சேர்க்க முடிந்தது.

எனவே அதன் ஊருக்குக் கிளம்பினார்.

மதிய உணவை முடித்தார். வெயில் தாழவும் கிளம்பினார். மலர்பட்டி வந்ததும் நன்கு இருட்டிவிட்டது. இருட்டில் செல்ல பயம். எனவே மலர்பட்டியிலேயே தங்குவது என்று முடிவு செய்தார்.

தெரு வழியே நடந்து வந்தார்.

ஒரு வீட்டின் திண்ணை பெரியதாக இருந்தது. அங்கு தங்கலாம் என்று முடிவு செய்தார். பணப் பையைத் தலைக்கு வைத்துப் படுத்தார். அப்போது வீரண்ணன் கதவைத் திறந்தான்.

பெரியவரைப் பார்த்து வணங்கினான். அவரைப் பற்றி விசாரித்தான். தான் இரண்டாயிரம் ரூபாய் ஒருவரிடம் கடன்

வாங்கியதாகவும், அதைத் திரும்பக் கொடுக்கச் செல்வதாகவும் சொன்னார்.

இதைக் கேட்டதும் வீரண்ணனுக்கு குஷி. நம்மைத் தேடிப் பணம் வருகிறதே என்று சந்தோசப்பட்டான்.

அந்தப் பெரியவரிடம் சூழ்ச்சியாகப் பேசினான்.

"ஐயா பெரியவரே! உங்கள் நல்ல மனசைப் பாராட்டுகிறேன். உங்களைப்போன்ற பெரியவர்கள் இருப்பதால்தான் மழை பெய்கிறது" என்றான்.

"சத்தியத்தைக் காப்பது என் கடமை" என்று கூறிவிட்டுப் பேசாமல் இருந்தார் அவர்.

உடனே வீரண்ணன் "ஐயா! நீங்கள் மிகவும் நல்லவராகத் தெரிகிறீர்கள். காலம் கெட்டுக் கிடக்குது. வழிப்பறி, கொலை, கொள்ளை அதிகமாகிவிட்டது. எனவே வீட்டிற்குள் வந்து படுத்துக்கொள்ளுங்கள்" என்று நயமாகப் பேசினான்.

உடனே பெரியவர், வீரண்ணன் சூழ்ச்சி தெரியாமல், "உங்க நல்ல மனசுக்கு நன்றி. நான் இப்படியே இங்கேயே படுத்துக்கொள்கிறேன். இந்தப் பணத்தை மட்டும் பத்திரமாக

வீட்டிற்குள் வைத்திருங்கள். காலையில் வாங்கிக்கொள்கிறேன்" என்றார்.

வீரண்ணன் பணத்தை வாங்கிக்கொண்டு வீட்டிற்குள் போனான். பெரியவர் திண்ணையில் படுத்துக்கொண்டார். வீரண்ணன் பல சூழ்ச்சிகளை நினைத்தான்.

இந்தப் பணத்தை அப்படியே வைத்துக் கொண்டால் பெரியவர் காலையில் தகராறு செய்வார் என்று, வேறு திட்டம் போட்டான்.

வீட்டின் பின் கதவைத் திறந்துகொண்டு வெளியே சென்றான். தன் அடியாட்களைத் திரட்டினான்.

ஊருக்கு வெளியில் உள்ள ஓடையில் பதுங்கி இருக்கச் சொன்னான். "விடியும்போது ஒரு கையில் பையுடன் வருவார். அவரை அடித்துப் போட்டுவிட்டு அவரிடம் இருக்கும் பணத்தை எடுத்து வந்துவிடுங்கள்" என்று கூறினான்.

எல்லோருக்கு பத்து ரூபாய் முன் பணமாகக் கொடுத்தான்.

பின் வீடு திரும்பினான்.

அவர்கள் அந்தப் பணத்தில் நன்கு குடித்தனர்.

போதையுடன் ஓடையில் காத்து இருந்தனர்.

நடு சாமம். இரண்டு மணி. அந்தப் பெரியவரை எழுப்பினான்.

“விடிந்துவிட்டது. இதோ உங்கள் பணம். வெயில் வருவதற்கு முன் செல்லுங்கள்” என்றான். அப்போதுதான் அவன் திட்டம் நிறைவேறும். யாருக்கும் தெரியாது.

பெரியவரும் பணத்தை வாங்கிக்கொண்டு அவனுக்கு நன்றி சொல்லிவிட்டுக் கிளம்பினார்.

சிறிது தூரம் சென்றதும் அவருக்கு ஒரு சந்தேகம் வந்துவிட்டது. வானத்தைப் பார்த்தார்.

விடியலுக்கான அறிகுறிகள் இல்லை. நல்ல இருட்டு. இந்த இருட்டில் எப்படிச் செல்வது என்று யோசனை செய்தார்.

அதுவும் காட்டுப் பாதை.

அவருக்குப் பயமாக இருந்தது. ஏதோ அசம்பாவிதம் நடக்கப்போவது மாதிரி ஓர் உணர்வு.

அங்கு ஒரு கோவில் இருந்தது. அதில் போய் படுத்துக்கொண்டார்.

வீரண்ணன் வீட்டில் காத்து இருந்தான்.

தன் அடியாட்கள் பணத்துடன் வருவார்கள் என்று காத்திருந்தான். நேரம் ஆகிக்கொண்டே இருந்தது. ஒருவரும் வரவில்லை. வீரண்ணனுக்குச் சந்தேகம் ஏற்பட்டது.

சரி, போய்ப் பார்த்து வரலாம் என்று கிளம்பினான். நல்ல இருட்டு. ஓடைக்குள் நடந்தான். ஓடையில் பதுங்கி இருந்த ஆட்கள் நல்ல போதையில் இருந்தனர். வழியைப் பார்த்துக் கொண்டே இருந்தனர்.

வீரண்ணன் சொன்னதுபோல, ஒருவரும் வரவில்லையே என்று காத்திருந்தனர். அப்போது வீரண்ணன் அங்கு போனான்.

“இதோ வருகிறான்” என்று ஒருவன் கூறினான். அவ்வளவுதான். எல்லோரும் அவன் மீது பாய்ந்து அவனைத் தாக்கினர். ஒருவன் அரிவாளால் ஒரே வெட்டாக அவன் தலையை வெட்டினான்.

பின்பு அவனிடம் பணப் பையைத் தேடினார்கள். கிடைக்கவில்லை.

அப்போதுதான் ஒருவன் பேய்க் கூச்சல் போட்டான். “இது நம்ம வீரண்ணன். இவனையா வெட்டிப் போட்டோம்?” என்று பதறினான்.

என்ன செய்வது?

வினை விதைப்பவன் வினையறுப்பான்.

80

'நான்' செத்த பிறகு வா...!

அந்த ஊருக்கு ஒரு ஞானி வந்திருந்தார். மிகவும் எளிமையாக இருந்தார். ஆடம்பரம் இல்லை. அவர் முகத்தில் எப்போதும் சிரிப்பு. மாறாத சிரிப்பு.

ஊரை ஒட்டி உள்ள மலையில் குடிசை அமைத்துத் தவம் செய்தார். இந்தச் செய்தி ஊருக்குள் பரவியது.

மக்கள் அவரிடம் சென்று தரிசனம் செய்தனர்.

அவரும் மக்களுக்கு ஆசீர்வாதம் செய்தார்.

இது ஊர் முழுவதும் பரவிவிட்டது.

மக்கள் கூட்டம் கூட்டமாகச் சென்று அவரிடம் ஆசீர்வாதம் பெற்றனர்.

அவரிடம் ஆசீர்வாதம் பெற்றால் மனநிறைவாக இருக்கிறது. நாம் நினைத்தபடி காரியம் நடக்கிறது என்று மக்கள் நினைத்தனர்.

இந்தச் செய்தியை அமைச்சர் அரசனிடம் சொன்னார். அரசன், "யார் அந்த ஞானி?" என்று கேட்டான்.

பின்னர் ஒரு வேலையாளை அனுப்பினான்.

அந்த ஞானியைப் பற்றி விசாரித்து வரச் சொன்னான்.

வேலைக்காரனும் விசாரித்துவிட்டு வந்து உயர்வாகவே சொன்னான்.

அரசன் தன் பரிவாரங்களுடன் ஞானியைப் பார்க்கச் சென்றான்.

ஞானியின் குடிசை முன்பு போய் நின்றான். ஒரு காவலாளியை அனுப்பி, "நான் வந்திருப்பதாகச் சொல்" என்றான்.

காவலாளி ஞானியிடம் சென்று சொன்னான்.

ஞானி பதில் பேசவில்லை. இதை மன்னனிடம் வந்து சொன்னான். மன்னனுக்குக் கோபம் அதிகமானது.

"நான்" வந்திருக்கிறேன் என்று சொல்லியுமா பேசவில்லை? மீண்டும் போய்ச் சொல். 'நான்' வந்திருக்கிறேன் என்று. 'நான்' யார் என்று தெரியுமா என்று கேள்" என்றான் மன்னன்.

காவலாளியும் அப்படியே செய்தான்.

உடனே அந்த ஞானி அவனிடம் சொல்லி அனுப்பினார்.

“உன் மன்னனிடம் போய் ‘நான்’ செத்த பின்பு வந்து என்னைப் பார்க்கச் சொல்” என்றார்.

இதைக் கேட்டதும் மன்னனுக்கு ஒன்றும் புரியவில்லை. ‘நான்’ செத்தபின்பு வா, என்றால் என்ன அர்த்தம்?

மன்னனுக்குப் புரியவில்லை.

அமைச்சருக்குப் புரிந்துவிட்டது. “நான்” செத்த பின்பு வா என்று ஞானி சொன்னதற்கு, ‘நான்’ என்ற அகந்தை அழிந்த பின்பு வா என்று பொருள்” என்றார் அமைச்சர்.

இதைக் கேட்டதும் மன்னனுக்குச் ‘சுரீர்’ என்று உரைத்தது. அகந்தை கூடாது என்பது அவனுக்குப் புரியத் தொடங்கியது.

81

ஆட்கொல்லி

ஒரு ஊரில் இரண்டு நண்பர்கள். ஒருவன் குமரன், ஒருவன் வேலன். இருவரும் இணை பிரியாதவர்கள். பத்து வருடப் பழக்கம். பக்கத்துப் பக்கத்து வீடுகள்.

ஒரு நாள் இருவரும் காட்டு வழியே சென்றனர்.

அப்போது எதிரே ஒரு சாமியார் வந்தார். அலறிக் கொண்டே ஓடி வந்தார்.

அவர் முகத்தில் பயம். "என்ன சாமி, இப்படி ஓடி வருகிறீர்கள்?" என்று கேட்டான் வேலன்.

"அதோ, அந்த ஆலமரத்திற்குப் பக்கம் ஒரு ஆட்கொல்லிப் பிசாசு இருக்கிறது. அதைப் பார்த்துப் பயந்துதான் ஓடி வருகிறேன்" என்றார்.

இருவரும் ஆலமரத்திற்குச் சென்றனர். மரத்தைச் சுற்றிப் பார்த்தனர்.

அங்கு ஒரு மண் பானை இருந்தது.

பானை நிறையக் காசுகள். எல்லாம் தங்கக் காசுகள்.

“அட, பைத்தியமே! அந்தச் சாமியார் இதையா ‘ஆட்கொல்லிப் பிசாசு என்றார்? சுத்தப் பைத்தியம்தான் அவர்” என்று இருவரும் சிரித்தார்கள். இருவரும் மகிழ்ச்சியில் துள்ளிக் குதித்தனர். ஆட்டம் போட்டனர்.

இருவரும் அந்தக் காசைப் பங்கு போட்டுக் கொள்வது என்று முடிவானது. அதாவது ஆளுக்குப் பாதி.

பகலில் அதை எடுத்துக்கொண்டு போக முடியாது. மற்றவர்களுக்குத் தெரிந்தால் ஆபத்து. எனவே இரவு வரை காட்டிலேயே இருப்பது.

இரவில் ஊருக்குள் போவது என்று முடிவு செய்தனர். உச்சிப்பொழுது வந்தது. குமரன், "பசிக்குது" என்றான். வேலன் ஒரு யோசனை சொன்னான்.

"நீ ஊருக்குள் போ. ஓட்டலில் சாப்பிடு.

எனக்கும் சாப்பாடு வாங்கி வா" என்றான்.

குமரன் "சரி" என்று கிளம்பினான்.

நடக்கும்போது அவனுக்குப் பல யோசனை. வேலனை ஒழித்துவிட்டால்... அதற்கு என்ன வழி என்று சிந்தித்தான். ஊருக்குள் சென்றான்.

ஓட்டலில் நன்கு சாப்பிட்டான்.

வேலனுக்குத் தனியாகச் சாப்பாடு வாங்கினான்.

இரண்டு ரூபாய்க்கு விஷம் வாங்கினான்.

அதை வேலனுக்கு வாங்கிய உணவில் கலந்துவிட்டான். ‘இதைச் சாப்பிட்டதும் வேலன் செத்துப்போவான். முழுப் பணமும் எனக்குத்தான்’ என்று மகிழ்ச்சியோடு வந்தான்.

இங்கு காட்டில் வேலன். மரத்தடியில் சிந்தித்துக் கொண்டு இருந்தான்.

நாம் ஏன் குமரனை உடன் அழைத்து வந்தோம்?

முழுப் பணமும் நமக்கே கிடைத்திருக்குமே என்று அவன் சிந்தனை ஓடியது.

எப்படியாவது குமரனைக் கொன்றுவிட வேண்டும் என்று முடிவு செய்தான்.

பாதுகாப்பிற்காக வைத்திருந்த கத்தியைத் தீட்டினான். அதை மறைத்து வைத்துக்கொண்டான்.

குமரன் வந்தான். வேலனுக்குச் சோற்றைப் பரிமாறினான். அவன் குனிந்ததுதான் தாமதம்.

வேலன் அவன் கழுத்தில் கத்தியால் குத்தினான். மாறி மாறிக் குத்தினான்.

குமரன் அந்த இடத்திலேயே செத்துப் போனான். குமரனை இழுத்து ஒரு புதருக்குள் போட்டு விட்டு வந்தான்.

பசியோடு, குமரன் கொண்டு வந்த உணவைச் சாப்பிட்டான். அவ்வளவுதான.

அரைமணி நேரத்தில் சுருண்டு விழுந்து இறந்துவிட்டான்.

மாலையில் அங்கு அந்த சாமியார் வந்தார். இரண்டு பிணங்களையும் கண்டார்.

“இன்னும் எத்தனை பேர்களைக் கொல்ல இருக்கிறதோ இந்த ஆட்கொல்லி பிசாசு.?”

என்று கூறிவிட்டுச் சென்றார்.

82

உழவனும் அரசனும்

உழவன் ஒருவன் வயலில் உழுதுகொண்டு இருக்கிறான். அவன் ஒரு கிழவன்.

ஒரு கோவணம் மட்டும் கட்டி இருந்தான். உடம்பு எல்லாம் சேறு.

மிகவும் சந்தோஷமாகப் பாட்டுப் பாடிக்கொண்டு உழுதுகொண்டிருந்தான்.

அப்போது அந்த வழியாக மன்னன் ஒருவன் குதிரையில் வந்தான்.

அந்தக் கிழவனைப் பார்த்தான்.

கிழவன் மிகவும் எளியவன். உடுத்த உடை இல்லை. இளைத்த உடம்பு. மெலிந்து இருந்தான்.

ஆனால் மிகச் சந்தோசமாகப் பாடிக்கொண்டு இருந்தான்.

மன்னனுக்கு ஆச்சரியம். நம்மிடம் எவ்வளவோ சொத்துகள் உள்ளன. ஆனால் மனதில் மகிழ்ச்சி இல்லையே! இவன்மட்டும் எப்படி இவ்வளவு மகிழ்ச்சியோடு இருக்கிறான்?

மன்னன் அந்தக் கிழவனிடம் சென்றான். பேச்சுக் கொடுத்தான்.

“சாமீ! நான் ஏழைக் குடியானவன். எனக்குச் சொந்தமாக நிலம் இல்லை. கூலிக்கு உழுகிறேன். உங்களோடு பேசினால் எனக்குக் கூலி கிடைக்காது” என்று சொல்லிவிட்டு மேலும் பேசாமல் உழத் தொடங்கினான்.

“ஒரு நாள் முழுவதும் உழுதால் உனக்கு எவ்வளவு கூலி?”

“எட்டணா” என்றான் கிழவன்.

“மிகக் குறைவாக இருக்கிறதே. இதைக் கொண்டு எப்படிக் காலம் தள்ளுகிறாய்? மிகவும் கவலையுடன் காலம் தள்ள வேண்டியது வருமே?” என்றான்.

“இல்லை சாமீ! தாங்கள் நினைப்பது தவறு. நான் கவலையுடன் காலம் தள்ளவில்லை. எனக்கு எட்டணா போதும். எட்டணாவில் இரண்டணா குடும்பத்திற்குச் செலவு செய்கிறேன்.

இரண்டணா பழைய கடனுக்குத் தருகிறேன்.

இரண்டணா தருமம் செய்கிறேன். இரண்டணா வட்டிக்குத் தருகிறேன். ஒரு குறையும் எனக்கு இல்லை" என்றான்.

மன்னனுக்கு ஆச்சரியம். புரியாமல் விழித்தான்.

பின்னர் அந்தக் கிழவனே பேசினான்.

"எனக்கும் என் மனைவிக்கும் இரண்டணா செலவு ஆகிறது. எனக்கு மிகமிக வயது முதிர்ந்த தாயும் தந்தையும் இருக்கின்றனர்.

இளமையில் என்னை வளர்த்துக் காப்பாற்றியவர்கள். அந்தக் கடனுக்கு அவர்கள் பொருட்டு இரண்டணா செலவு ஆகிறது.

அது பழைய கடன்.

என் தங்கை விதவை. தன் மகனுடன் வேறு ஆதரவு இல்லாமல் என் வீட்டில் வாழ்கின்றாள். அவளுக்கும் அவள் மகனுக்கும் இரண்டணா செலவு ஆகிறது.

அது தருமம்.

எனக்கு இரண்டு புதல்வர்கள். அவர்களுக்காக இரண்டணா செலவு ஆகிறது. அது வட்டிக்குத் தருவதாகும். பிற்காலத்தில் அவர்கள் என்னைக் காப்பாற்றுவார்கள். இந்த அளவில் எனக்குத் திருப்தி'' என்றான்.

இதைக் கேட்டதும் மன்னன் மகிழ்ச்சி அடைந்தான். அந்த வயலையே விலைக்கு வாங்கி அந்தக் கிழவனுக்குத் தானமாகத் தந்துவிட்டான்.

●

எமது வெளியீடுகள்

கல்வி

25624 உலகக் கல்வியாளர்கள் | ஆயிஷா இரா.நடராசன் 40

28020 எனக்குரிய இடம் எங்கே | ச. மாடசாமி 120

27222 போயிட்டு வாங்க சார் | ச.மாடசாமி 60

28062 அன்பென்பது ஒரு தந்திரம் அல்ல | ச. மாடசாமி 70

27777 குழந்தைகளின் நூறு மொழிகள் | ச. மாடசாமி 90

27516 என் சிவப்புப் பால்பாயிண்ட் பேனா | ச. மாடசாமி 80

25624 உலகக் கல்வியாளர்கள் | ஆயிஷா இரா.நடராசன் 40

27230 இது யாருடைய வகுப்பறை?(தமிழக அரசின் விருது பெற்றது) ஆயிஷா இரா.நடராசன் 220

27638 வன்முறையில்லா வகுப்பறை | ஆயிஷா இரா.நடராசன் 95

27971 இந்தியக் கல்விப் போராளிகள் | ஆயிஷா இரா.நடராசன் 110

28059 பாஸ்தான் பெயில்.. பெயில்தான் பாஸ் | இரா.நடராசன் 100

27388 மலாலா கரும்பலகையின் யுத்தம் | ஆயிஷா இரா.நடராசன் 50

20025 கற்க கற்பிக்க மகிழ்ச்சி தரும் பள்ளி 130

20182 கதை சொல்லும் கலை | ச.முருகபூபதி 15

20028 குழந்தைகளைக் கொண்டாடுவோம் | ஜ.அமனஷ்வீலி 150

20176 பாரதியார் கல்விச் சிந்தனை | தொகுப்பு: ந.இரவீந்திரன் 180

20177 அம்பேத்கர் கல்விச் சிந்தனை | தொகுப்பு: ரவிக்குமார் 75

20178 பெரியார் கல்விச் சிந்தனை | தொகுப்பு: அ. மார்க்ஸ் 130

20179 பெட்ரண்ட் ரஸல் கல்விச் சிந்தனை | 130

20020 காந்தி கல்விச் சிந்தனைகள் | தொகுப்பு: அண்ணாமலை 120

22369 தாகூர் கல்விச் சிந்தனைகள் | ஞாலன் சுப்பிரமணியம் 80

27665 லெனின் கல்விச் சிந்தனை | தொகுப்பு: ஏ.ஜெ.பெணடிக்ற் 150

22370 விவேகானந்தர் கல்விச் சிந்தனை | தொகுப்பு: பேரா அ. கருணாநந்தம் 70

20180 தமிழக பள்ளிக் கல்வி | எஸ்.எஸ்.ராஜகோபால் 40

20181 எவ்வாறு குழந்தைகள் கற்கின்றனர் | ஜான்ஹோல்ட் 265

22366 முரண்பாட்டை முன் வைத்தல் | கிருஷ்ணகுமார் 40

22365 வாசிப்பு முறையின் அரசியல் | பாலாஜி சம்பத் 0

22362 கல்வியில் நாடகம் | பிரளயன் 40

22360 கல்வி வளர்ச்சியின் முன்னோடிகள் | டி.வி. புருஷோத்தமன்
தமிழில்: மு.ந. புகழேந்தி 70

20055 எது நல்ல பள்ளி? | த.பரசுராமன் 10

20709 ஒடுக்கப்பட்டவர்களின் விடுதலைக்கான கல்வி முறை
பாவ்லோ ஃப்ரையிரே தமிழில்: ஆயிஷா இரா. நடராசன் 150

26927 பள்ளிக்கூடத் தேர்தல்: நல்லாசிரியர்களைத் தேர்ந்தெடுத்த
மாணவர்கள் | பேரா. நா.மணி 40

27092 எதார்த்தத்தை வாசித்தலும் எழுதுதலும்
பாவ்லோ ஃப்ரையிரே | தமிழில்: கமலாலயன் 40

27096 கனவு ஆசிரியர் | தொகுப்பு: க.துளசிதாசன் 130

22364 ஓய்ந்திருக்கலாகாது (கல்விச் சிந்தனைக் கதைகள்)தொகுப்பு:
ஆதிவள்ளியப்பன் 120

27359 பள்ளிக் கல்வி | புத்தகம் பேசுது நேர்காணல்கள் 90

27289 ஒவ்வொரு குழந்தையையும் நேசிப்போம்
ஜேனஸ் கோர்ச்சாக் | தமிழில்: தி.தனபால் 50

27241 உச்சி முகர் | விழியன் 55

27506 தாய்மொழிக் கல்வி: அரசின் அவலங்கள் |தொ: ராஜ்மோகன் 90

27310 குழந்தைமையைக் கொண்டாடுவோம் |என். மாதவன் 60

காலந்தோறும் கல்வி | என். மாதவன் 90

27526 தங்கள் பதிலலை எதிர்பார்த்து..|தொ: ச. தமிழ்ச்செல்வன் 130

27502 தொடக்கக் கல்வியில் நாடகியம் | வேலு சரவணன் 70

22287 முதல் ஆசிரியர் | சிங்கிஸ் ஐத்மாத்தவ் 75

17642 புதிய கல்விக் கொள்கை அபத்தங்களும் ஆபத்துகளும்|அ.மார்க்ஸ் 70

17614 புதிய கல்விக் கொள்கை: மெஹருன்னிறசாவை ராக்கெட்
ஏற்ற வேண்டுமே! | பேரா.ஆர். ராமானுஜம் 15

27635 கல்வி ஓர் அரசியல் | வே. வசந்தி தேவி 240

27891 கண்டேன் புதையலை | பிரியசகி 180

27852 இது எங்கள் வகுப்பறை | சசிகலா உதயகுமார் 160

27869 புதியன விரும்பு என்ன படிக்கலாம்|பொன் தனசேகரன் 200

27973	சீருடை |கலகலவகுப்பறை சிவா	60	☐
27995	கரும்பலகைக் கதைகள் | புதுச்சேரி அன்பழகன்	70	☐
18062	கல்வி அறம் | மு. சிவகுருநாதன்	150	☐
28024	வகுப்பறைக்கு உள்ளே | இரா. தட்சிணாமூர்த்தி	60	☐
27364	வகுப்பறைக்கு வெளியே | இரா,தட்சணாமூர்த்தி	60	☐
12432	இருளும் ஒளியும் | ச. தமிழ்ச்செல்வன்	140	☐
28037	அன்புள்ள மாணவிக்கு | தா. கமலா	70	☐
18109	இந்தியக் கல்வியின் இருண்ட காலம் |தொ: பேரா ந. மணி	120	☐
18121	புதிய கல்விக் கொள்கை பின்னணி மர்மங்கள்|த. சந்திரகுரு	250	☐
18192	கல்வியைத் தேடி|எல். ஜவஹர் நேசன் - த: கமலாலயன்	490	☐
28090	சிலேட்டுக்குச்சி | சக. முத்துக்கண்ணன்	110	☐
28061	நீதி உயர்ந்தமதி கல்வி |முனவர் என். மாதவன்	170	☐
18267	கல்வி: மாநில உரிமை | பேரா. லெ. ஜவஹர் நேசன் ஆதவன் தீட்சண்யா	60	☐
28114	கற்றல் என்பது யாதெனில் கல்வி 4.0 |ஆயிஷா இரா.நடராசன்	270	☐
18194	இது நம் குழந்தைகளின் வகுப்பறை | சூ.ம.ஜெயசீலன்	140	☐
27856	உஷ் குழந்தைங்க பேசுறாங்க | சூ.ம.ஜெயசீலன்	90	☐
28130	முதல் வகுப்பு பொதுத் தேர்வு | அண்டனூர் சுரா	50	☐
28144	ஆசிரிய வாழ்வினிது | கலகலவகுப்பறை சிவா	60	☐
28138	ரெட் இங்க் | சக. முத்து கண்ணன்	95	☐
28138	வாழ்வியலாகும் கல்வி | சாலை செல்வம்	130	☐

www.ingramcontent.com/pod-product-compliance
Lightning Source LLC
LaVergne TN
LVHW100258051026
849517LV00006B/2135
9789395776011